प्लॅस्टिक प्रोसेसिंग ऑपरेटर PPO मराठी MCQ

मनोज डोळे

डिजिटायझेशन ही काळाची गरज आहे. भविष्यात, प्रशिक्षण अधिक सोयीस्कर आणि सोपे करण्यासाठी औद्योगिक प्रशिक्षण संस्थांमध्ये ऑनलाइन इंटरनेट वापरून प्रशिक्षण घेणे आवश्यक आहे. MCQ प्रश्नांचा संच असलेली ई-पुस्तके प्रशिक्षणार्थींना उपलब्ध करून दिली जातील कारण त्यांना त्यांच्या औद्योगिक प्रशिक्षण संस्थांमध्ये होणाऱ्या ऑनलाइन परीक्षांच्या तयारीसाठी MCQ प्रश्नांची अधिक सवय होणे आवश्यक आहे.

या सर्व बाबी लक्षात घेऊन श्री.मनोज मधुकर डोळे प्रशिक्षक, औद्योगिक प्रशिक्षण संस्था, सातारा यांनी नवीन वार्षिक प्रणाली आणि NSQF-5 अभ्यासक्रमानुसार पुस्तके लिहिली आहेत. आणि त्यांनी प्रशिक्षण सुलभ करण्यासाठी सैद्धांतिक मोबाइल ॲप्स आणि ब्लॉग तयार केले आहेत आणि हे सर्व शैक्षणिक साहित्य जगप्रसिद्ध Google Play Store, Amazon आणि Apple Book Store वर डाउनलोड करण्यासाठी उपलब्ध केले आहे.

पुस्तकांचे प्रकाशन माननीय सहसंचालक श्री राजेंद्र घुमे साहेब प्रादेशिक व्यावसायिक शिक्षण व प्रशिक्षण कार्यालय, पुणे यांच्या हस्ते दिनांक 9/1/2019 रोजी करण्यात आले, यावेळी श्री प्रकाश सायगावकर साहेब प्राचार्य शासकीय औद्योगिक प्रशिक्षण संस्था औंध पुणे, श्री तुकाराम मिसाळ साहेब प्राचार्य डॉ. सरकार प्र.संस्था सातारा, श्री सचिन धुमाळ साहेब जिल्हा व्यवसाय शिक्षण व प्रशिक्षण अधिकारी सातारा, श्री यतीन पारगावकर साहेब मुख्याध्यापक गो. प्र.संस्था कोल्हापूर, श्री विकास टेके साहेब निरीक्षक व्यावसायिक शिक्षण व प्रशिक्षण क्षेत्रीय कार्यालय पुणे, पालेकर फूड्स प्रॉडक्ट्स प्रा. लि.चे सातारा येथील उद्योजक अध्यक्ष श्री.नीळकंठराव पालेकर साहेब, हिरा फूड्स चे चेअरमन श्री.इब्राहिम बाबा तांबोळी साहेब, सौ.शाल्मली पवार मुख्याध्यापिका शासकीय तंत्रनिकेतन केंद्र सातारा व इतर मान्यवर यावेळी उपस्थित होते.

अनुक्रमणिका

प्रस्तावना

21 व्या शतकातील औद्योगिक क्षेत्रातील वेगाने वाढणाऱ्या मागणीच्या अनुषंगाने बहु-कुशल कारागीरांचा पुरवठा करण्यासाठी व्यवसाय शिक्षण आणि व्यवसाय प्रॅक्टिकल विभागामार्फत व्यावसायिक शिक्षण आणि प्रशिक्षण विभागामार्फत व्यावसायिक शिक्षण आणि प्रशिक्षण दिले जाते. संस्थांमधील सर्व व्यवसाय महत्त्वाचे आहेत, कारण या व्यवसायांतील प्रशिक्षणार्थी उद्योगाच्या मागणीनुसार बहु-कौशल्ये विकसित करतात.

औद्योगिक क्षेत्रातील सर्व उद्योगांमधील सर्व परीक्षा ऑनलाइन घेतल्या जातात आणि त्यामध्ये MCQ पद्धतीच्या प्रश्नांचा समावेश होतो हे लक्षात घेऊन सर्व व्यवसायांसाठी योग्य MCQ ई-पुस्तके उपलब्ध करून देण्याच्या उदात्त हेतूने. श्री.मनोज मधुकर डोळे यांनी नवीन वार्षिक अभ्यासक्रमानुसार MCQ पद्धतीवर खूप चांगले ई-बुक लिहिले आहे. हे ई-बुक सर्व प्रशिक्षणार्थी, प्रशिक्षणार्थी उमेदवार, प्रशिक्षण प्रशिक्षक आणि संबंधित इतरांसाठी निश्चितच मार्गदर्शक ठरेल.

पुस्तकाचे लेखक श्री.मनोज मधुकर डोळे आहेत, इन्स्ट्रक्टर गव्हर्नमेंट ITI सातारा यांना 17 वर्षांचा प्रशिक्षणाचा अनुभव आहे. नवीन वार्षिक पॅटर्न म्हणून लिहिलेल्या, या ई-बुकमध्ये प्रत्येक विषयासाठी मांडणी, सोपी भाषा आणि सोपी वाक्यरचना, आकृती आणि व्हिडिओ समजून घेण्यासाठी आधुनिक डिजिटल QR कोड तंत्रज्ञान समाविष्ट केले आहे. त्यामुळे सखोल अभ्यास आणि परीक्षेच्या सरावासाठी हे ई-बुक नक्कीच उपयोगी पडेल याची मला खात्री आहे. त्यांनी केलेले काम नक्कीच कौतुकास्पद आहे.

श्री तुकाराम मिसाळ
प्राचार्य शासकीय औद्योगिक प्रशिक्षण संस्था सातारा.

नांदी, प्रस्तावना

DGET नवी दिल्ली आणि CSTARI कोलकाता ऑगस्ट 2018 च्या सत्रापासून ITI मधील सर्व व्यवसायांसाठी वार्षिक पॅटर्न लागू करत आहेत. परीक्षा पद्धतीतही बदल करण्यात येणार असून या वर्षीपासून ती ऑनलाइन होणार असून सर्व प्रश्न वस्तुनिष्ठ स्वरूपाचे (MCQ) असल्याने प्रशिक्षणार्थींना सखोल अभ्यासाची नितांत गरज आहे. हे लक्षात घेऊन जुन्या NIMI पॅटर्नवर आधारित पुस्तके आणि नवीन वार्षिक पॅटर्नचे संपूर्ण विहंगावलोकन सादर करताना आम्हाला आनंद होत आहे आणि आम्हाला आशा आहे की ही पुस्तके सर्व व्यवसाय संचालक आणि प्रशिक्षणार्थींसाठी मार्गदर्शक ठरतील. आहे.

ही पुस्तके लिहिल्याबद्दल जोहर आवटे साहेब, ITI अकलूजचे प्राचार्य. ITI सातारा चे माजी प्राचार्य सायगावकर साहेब, सहाय्यक संचालक श्री चंद्रकांत ढेकणे साहेब व्यवसाय शिक्षण व प्रशिक्षण प्रादेशिक कार्यालय, पुणे, जिल्हा व्यवसाय शिक्षण व प्रशिक्षण अधिकारी सचिन धुमाळ साहेब व मुख्याध्यापिका शासकीय तंत्रनिकेतन केंद्र शाल्मली पवार मॅडम व मुलगा अधिराज डोळे, आई कुसुम डोळे. , माझे वडील मधुकर डोळे आणि पत्नी अश्विनी डोळे यांनी वेळोवेळी केलेल्या विशेष मार्गदर्शन व सहकार्याबद्दल मी त्यांचा मनःपूर्वक आभारी आहे.

तसेच अतिशय कमी कालावधीत पुस्तक प्रकाशित करण्यात अमूल्य वेळ दिल्याबद्दल श्री राजेंद्र घुमे साहेब, सहसंचालक, व्यवसाय शिक्षण व प्रशिक्षण प्रादेशिक कार्यालय, पुणे यांनी पुस्तकाचे पुनरावलोकन केले. त्यांच्या अभिप्रायाबद्दल मी मनापासून आभारी आहे.

पुस्तक लिहिण्याच्या सुरुवातीपासूनच सतत पाठबळ दिल्याबद्दल ITI सातारा च्या प्रशिक्षकांचा मी आभारी आहे.

या पुस्तकातून, ई-लर्निंगबद्दलचे माझे विचार तुमच्याशी शेअर करण्यात मी स्वतःला धन्य समजतो. हे पुस्तक परिपूर्ण आहे असा दावा मी करणार नाही, कारण परिपूर्णतेचा विचार करता हे पुस्तक एक प्रयत्न आहे आणि बाल्यावस्थेत आहे. त्यांची चाचणी आणि सूचना दिल्यास ते सुधारण्यासाठी मोलाचे ठरतील.

मनोज डोळे

दिनांक 9/1/2019

1

प्लॅस्टिक प्रोसेसिंग ऑपरेटर PPO मराठी MCQ Drawing

Online Test Exam
ITI Books
CNC Course
AutoCAD CAM
JOB & Apprentice
Online Theory
Computer Course
Trading Course
Web Designing
MSCIT Course
Shopping Business
Internet Business
Remotasks Course
Online Services
Top Sportsmans
Indian Army
Freedom Fighters
Top Scientists
Social Reformers
Motivational Speaker
Top Richest People
Join WhatsApp Group
Join Facebook Group
Like Facebook Page
PAN / Adhar / Licence
Passport

Fire extinguisher

Calliper

Hacksaw frame

Universal surface guage

Hammer

Centre punch

Bench vice

Files

Scraper

Surface Plate

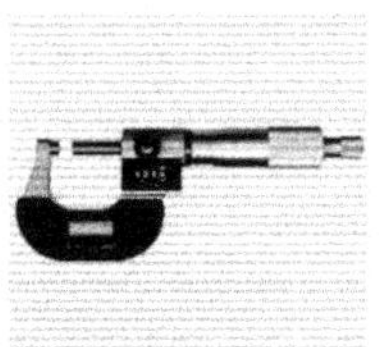

Outside Micrometer

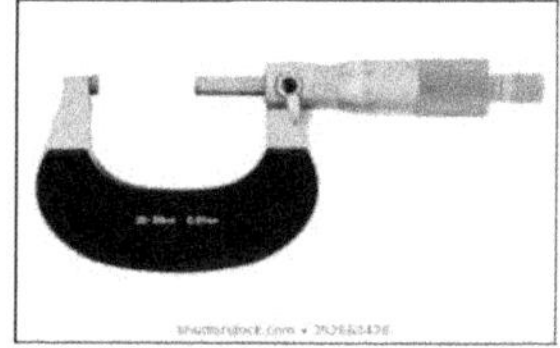

Micrometer

Depth micrometer

Vernier Calliper

Vernier bevel protractor

Drilling

Reamer

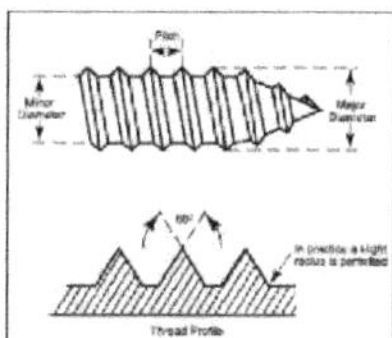 

Thread

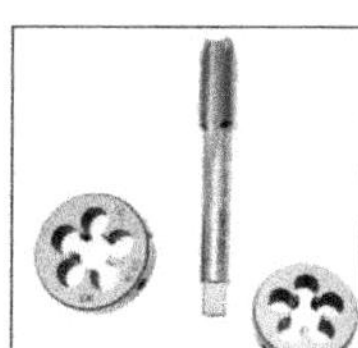 

Tap Die

Grinding Wheel

Tap Die

Centre gauge

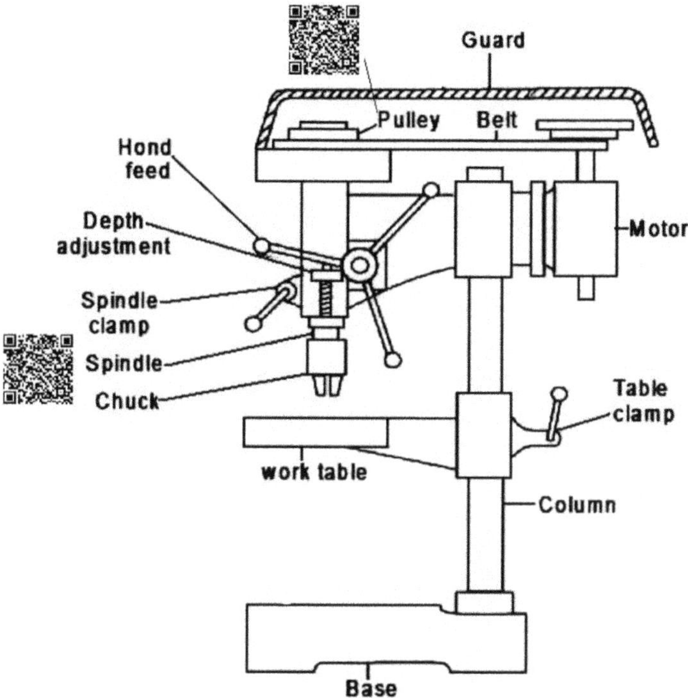

Piller Drilling Machine

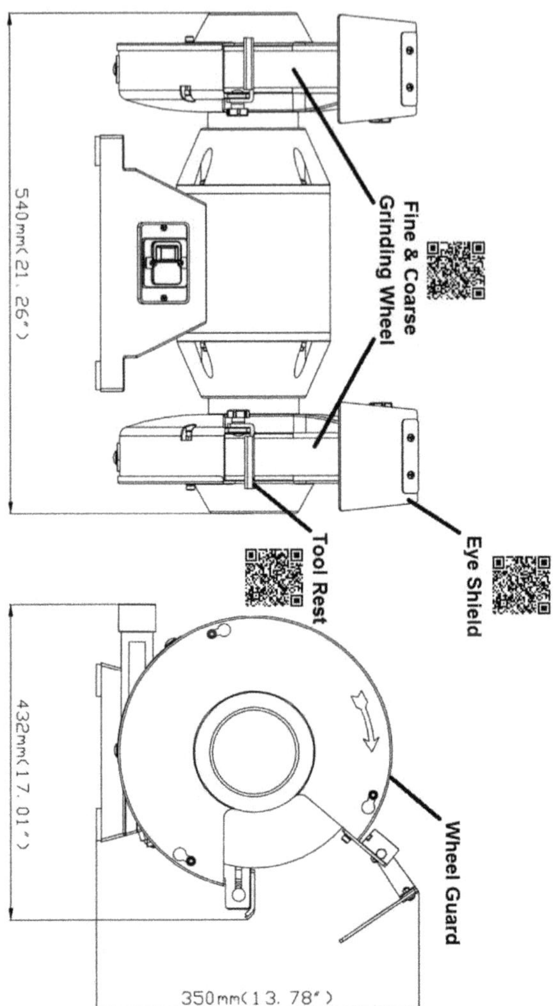
Bench Grinding Machine
Fine & Coarse
Grinding Wheel
Eye Shield
Tool Rest
Wheel Guard
540mm(21.26")
432mm(17.01")
350mm(13.78")

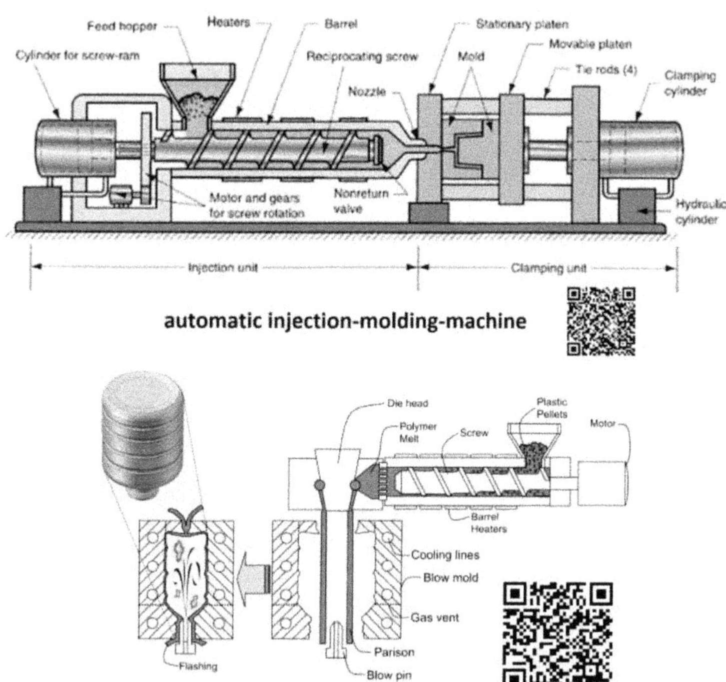

automatic injection-molding-machine

blow moulding machine

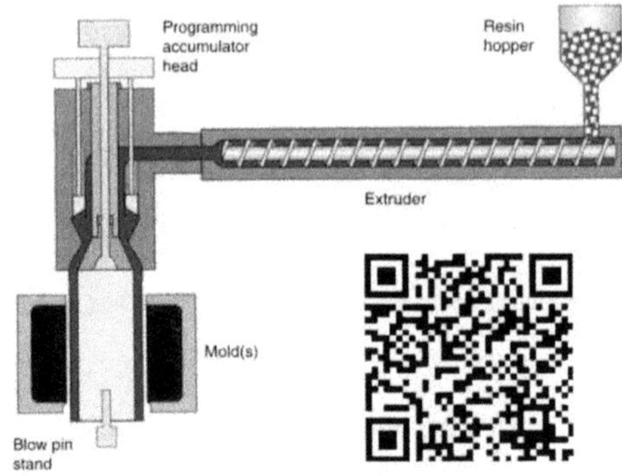

blow moulding machine

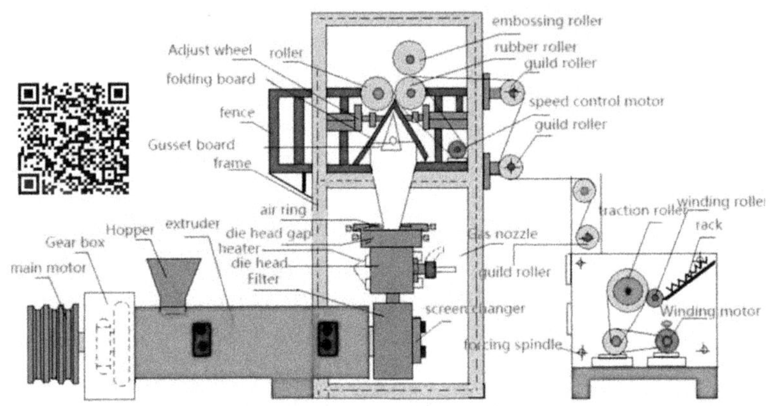

Film blowing machine driving schematic

blown film plant Auto blow molding machine

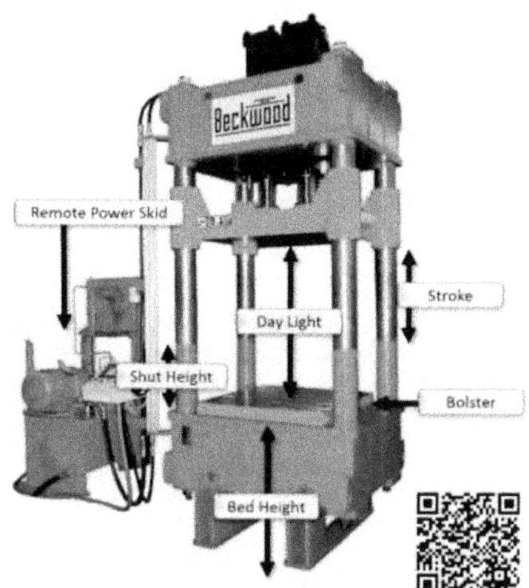

compression moulding machine

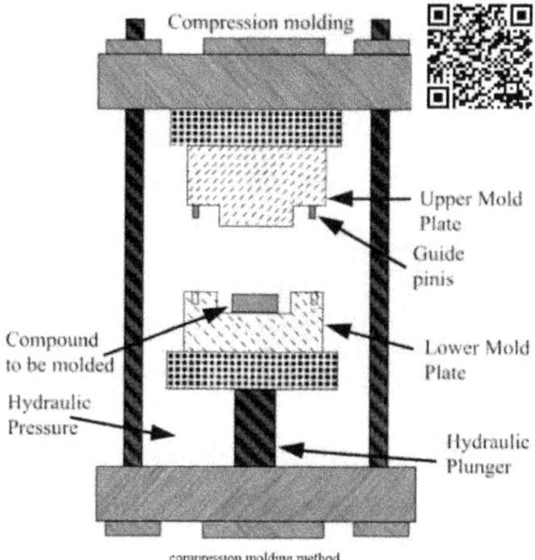

compression molding method

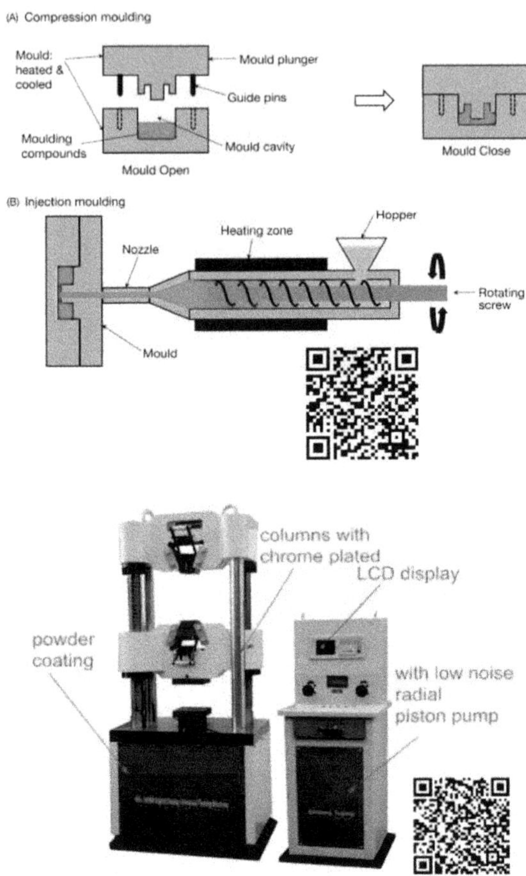

Digital-Display-Hydraulic-Universal-Testing-Machine

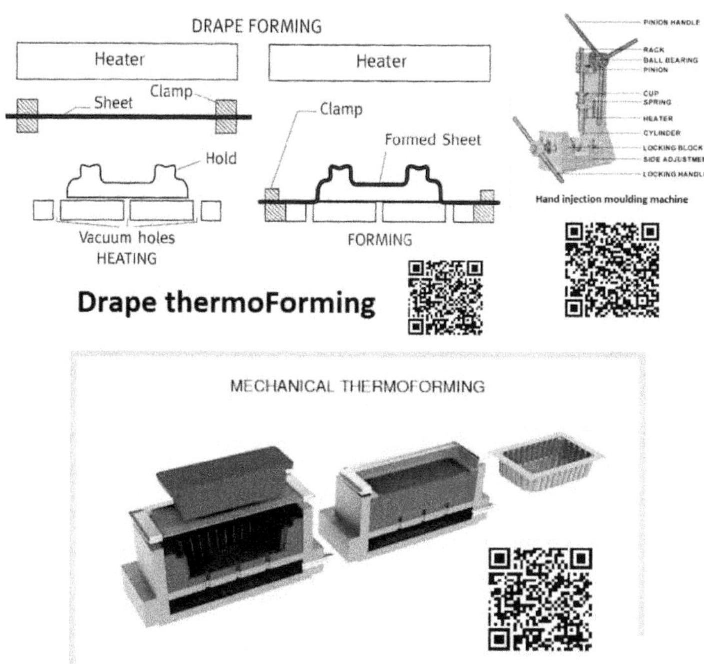
DRAPE FORMING
Heater
Sheet
Clamp
Hold
Vacuum holes
HEATING
Heater
Clamp
Formed Sheet
FORMING
Drape thermoForming
PINION HANDLE
RACK
BALL BEARING
PINION
CUP
SPRING
HEATER
CYLINDER
LOCKING BLOCK
SIDE ADJUSTMENT
LOCKING HANDLE
Hand injection moulding machine
MECHANICAL THERMOFORMING

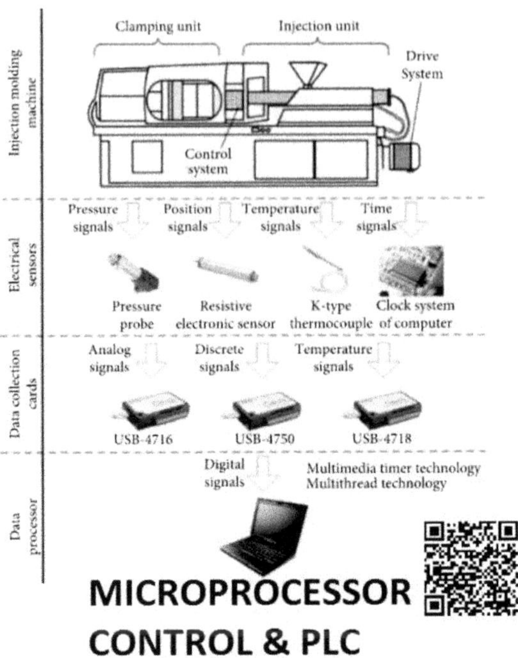

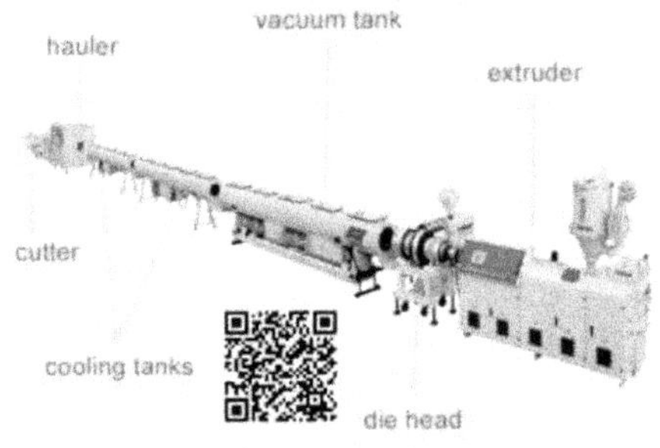

pipe machine plant

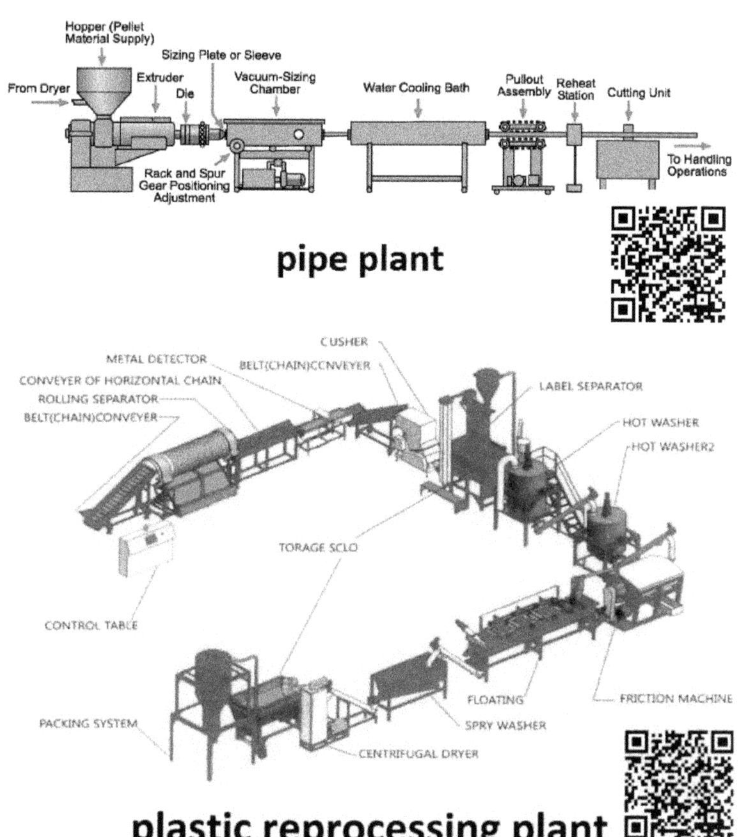
Hopper (Pellet Material Supply)
Sizing Plate or Sleeve
Extruder
Die
Vacuum-Sizing Chamber
Water Cooling Bath
Pullout Assembly
Reheat Station
Cutting Unit
From Dryer
Rack and Spur Gear Positioning Adjustment
To Handling Operations
pipe plant
CUSHER
METAL DETECTOR
BELT(CHAIN)CCNVEYER
CONVEYER OF HORIZONTAL CHAIN
ROLLING SEPARATOR
BELT(CHAIN)CONVEYER
LABEL SEPARATOR
HOT WASHER
HOT WASHER2
TORAGE SCLO
CONTROL TABLE
FLOATING
FRICTION MACHINE
PACKING SYSTEM
SPRY WASHER
CENTRIFUGAL DRYER
plastic reprocessing plant

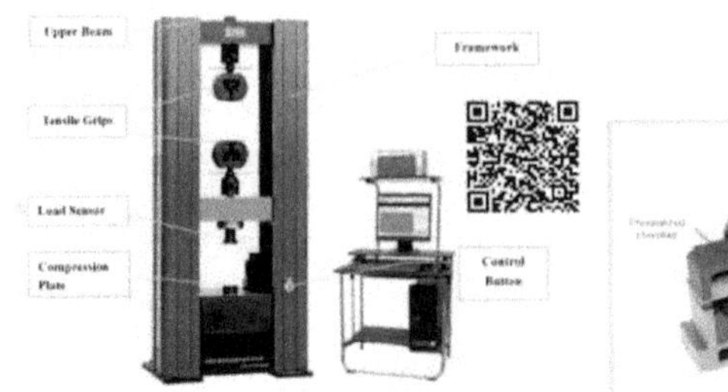

plastic tensile testing machine

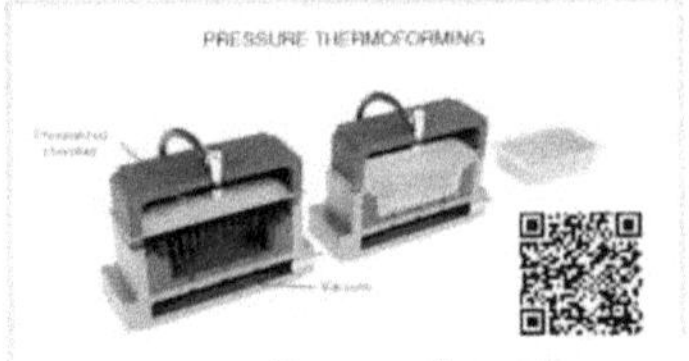

pressure-thermoforming

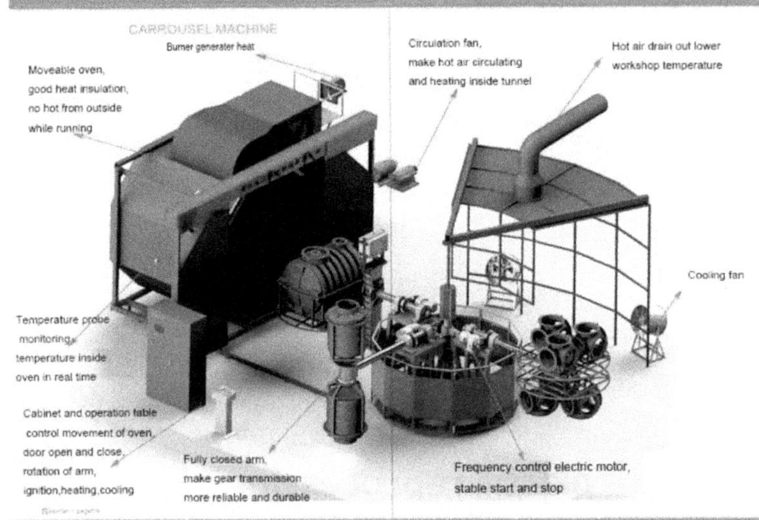

Rotomolding-Machine-for-Making-Multi-Purpose-Plastic-Water-Tank

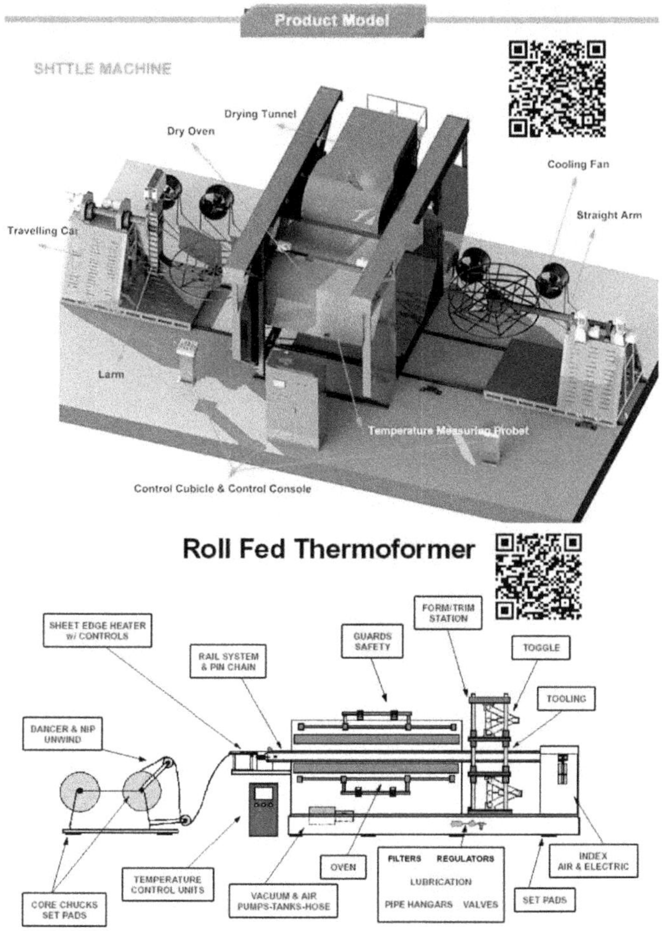
Product Model
SHTTLE MACHINE
Drying Tunnel
Dry Oven
Cooling Fan
Straight Arm
Travelling Car
Larm
Temperature Measuring Probet
Control Cubicle & Control Console
Roll Fed Thermoformer
SHEET EDGE HEATER w/ CONTROLS
RAIL SYSTEM & PIN CHAIN
GUARDS SAFETY
FORM/TRIM STATION
TOGGLE
TOOLING
DANCER & NIP UNWIND
OVEN
FILTERS REGULATORS
LUBRICATION
PIPE HANGARS VALVES
INDEX AIR & ELECTRIC
TEMPERATURE CONTROL UNITS
VACUUM & AIR PUMPS-TANKS-HOSE
SET PADS
CORE CHUCKS SET PADS

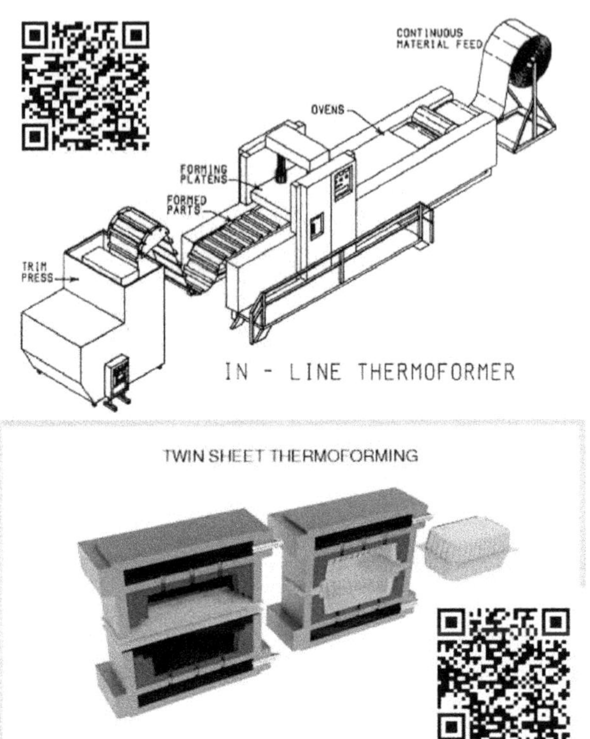
CONTINUOUS
MATERIAL FEED
OVENS
FORMING
PLATENS
FORMED
PARTS
TRIM
PRESS
IN - LINE THERMOFORMER
TWIN SHEET THERMOFORMING

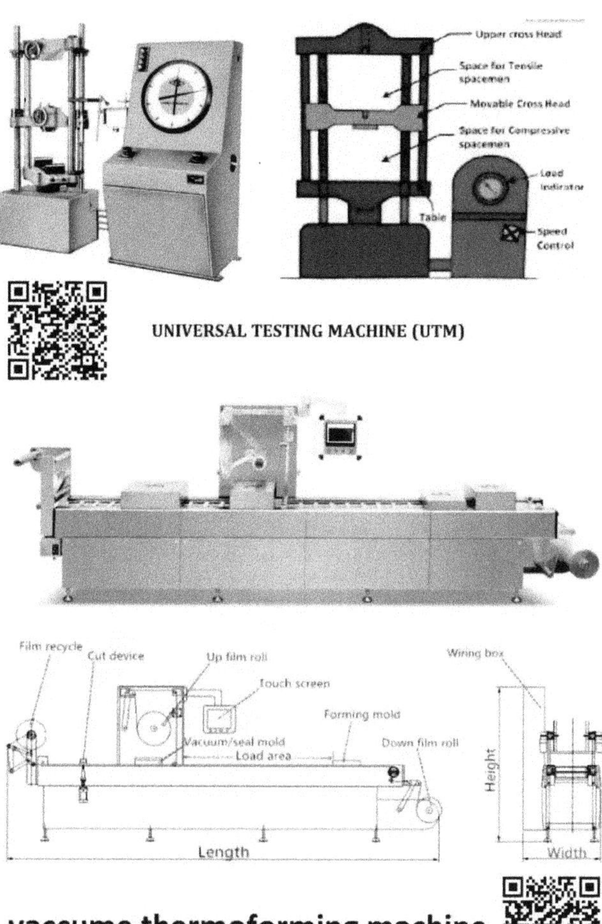

UNIVERSAL TESTING MACHINE (UTM)

vaccume thermoforming machine

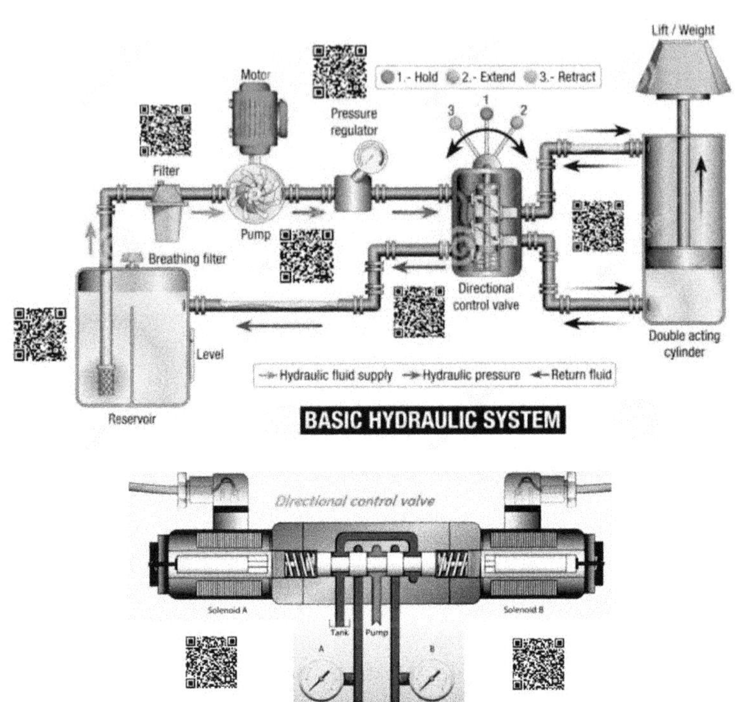
Lift / Weight
1.- Hold
2.- Extend
3.- Retract
Motor
Filter
Pressure regulator
3
1
2
Pump
Breathing filter
Directional control valve
Double acting cylinder
Level
Reservoir
Hydraulic fluid supply
Hydraulic pressure
Return fluid
BASIC HYDRAULIC SYSTEM
Directional control valve
Solenoid A
Solenoid B
Tank
Pump
A
B

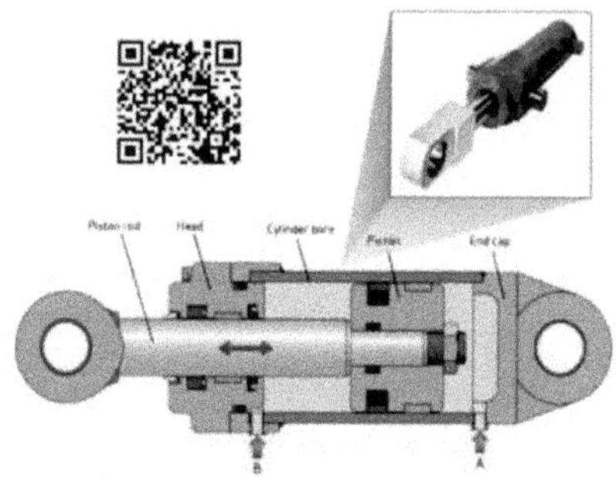
Hydraulic Cylinder

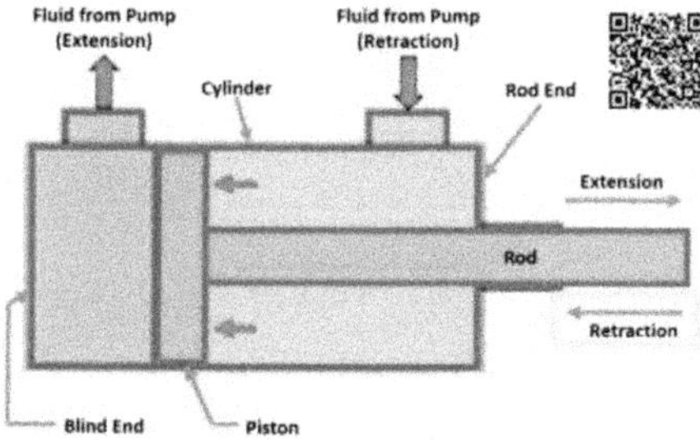
Double Acting, Single ended Cylinder
Fluid from Pump (Extension)
Fluid from Pump (Retraction)
Cylinder
Rod End
Extension
Rod
Retraction
Blind End
Piston

Direct Pressure Relief Valves

- The pressure relief valve provides protection against overload experienced by the actuators in a hydraulic system. One important function is to limit the force or torque produced by the hydraulic cylinders or motors.

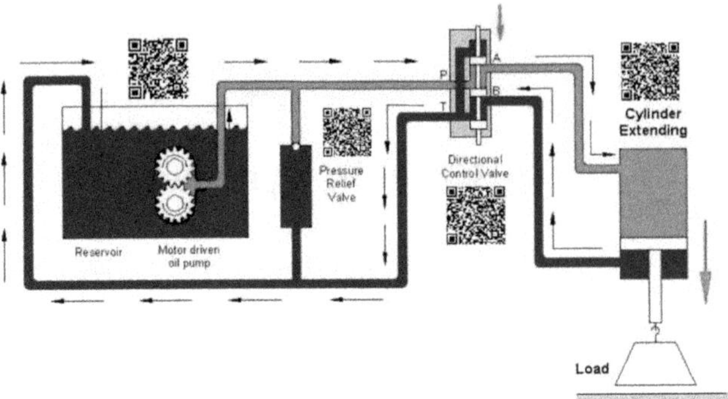

FLOW CONTROL VALVES

- A flow control valve can regulate the flow or pressure of the fluid.
- The fluid flow is controlled by varying area of the valve opening through which fluid passes.

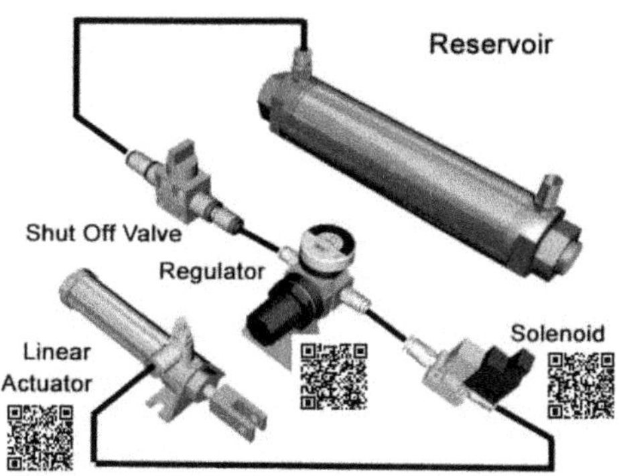

Pneumatic System

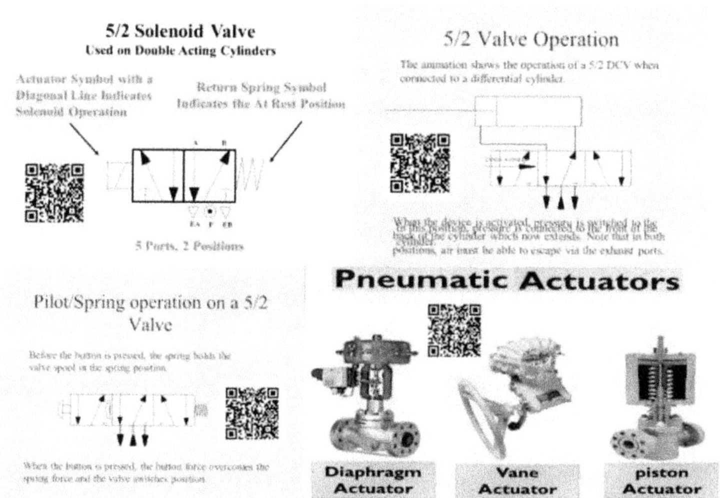

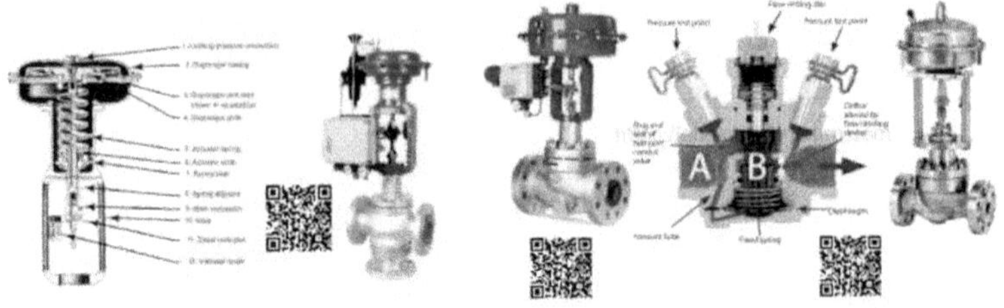

Pneumatic Control Valve **Pneumatic Control Valve Mechanisem**

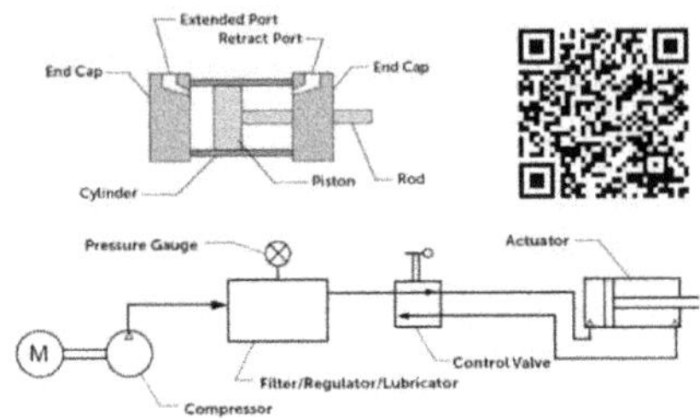

Pneumatic Cylinder System

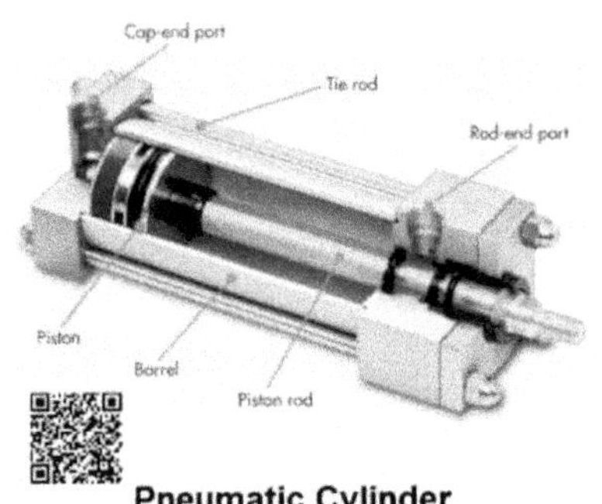

Pneumatic Cylinder

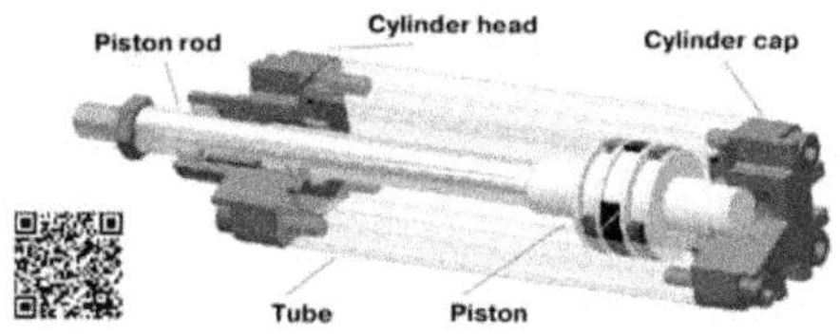
Pneumatic Cylinder
Piston rod
Cylinder head
Cylinder cap
Tube
Piston

2-way, 2-position, normally closed direct-acting solenoid valve, spring return

4-way (5-port), 2-position, piloted solenoid valve, spring return
A B
R P S

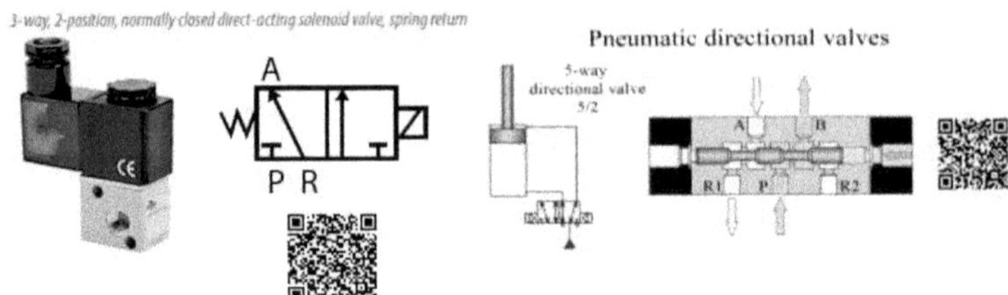
3-way, 2-position, normally closed direct-acting solenoid valve, spring return
A
P R
Pneumatic directional valves
5-way
directional valve
5/2
A
B
R1
P
R2

2

प्लॅस्टिक प्रोसेसिंग ऑपरेटर PPO मराठी MCQ

कार्यशाळा सुरक्षा कोणती आहे?

अ] दुकानातीलमजलास्वच्छआणिग्रीस, तेलकिंवाइतरनिसरड्यापदार्थांपासूनमुक्तठेवा

ब] वेग बदलण्यापूर्वी मशीन थांबवा

C] फटाके किंवा चिरलेली साधने वापरू नका

ड] धावणारे मशीन हाताने थांबवण्याचा प्रयत्न करू नका

२] पर्सनल प्रोटेक्ट इक्विपमेंटमध्ये (पीपीई] हेल्मेट वापरले जाते

अ] डोकेसंरक्षितकरा

ब] डोळ्यांचे रक्षण करा

क] हातांचे संरक्षण करा

ड] कानांचे रक्षण करा

3] खालीलपैकी कोणते सामान्य सुरक्षिततेशी संबंधित आहे?

A चांगल्या वृत्तीचा कार्यकर्ता ठेवा

ब] काम स्वच्छ आणि स्पष्ट

क] आपल्या कामावर लक्ष केंद्रित करा

ड] मजलाआणिगँगवेस्वच्छआणिस्वच्छठेवा

4] दळताना डोळ्यांच्या संरक्षणासाठी कोणता वापर केला जातो?

अ] गडद हिरवा काच

ब] मुखवटा

क] सूर्याचा चष्मा

ड] सुरक्षागॉगल

5] खालीलपैकी कोणते मशीन सुरक्षिततेसाठी केले जाते?

अ] मशीनसुरूकरण्यापूर्वीतेलाचीपातळीतपासा

ब] पद्धतशीर पद्धतीने कामे करा

क] फरशी आणि गँगवे स्वच्छ आणि स्वच्छ ठेवा

ड] डाय आणि स्कार्फ वापरू नका

6] ln पर्सनल प्रोटेक्ट इक्विपमेंट (PPE], 'स्लीव्हज'चा वापर संरक्षणासाठी केला जातो ----------

चेहरा

ब] डोळे

क] कान

ड] हात

7] ABC म्हणजे --------------

अ] स्वयंचलित श्वास नियंत्रण

ब] स्वयंचलित रक्त नियंत्रण

क] वायुमार्गातीलश्वासोच्छवासाचेअभिसरण

ड] स्वयंचलित रक्त परिसंचरण

8] आग आणि आग विझवणारे

fire extingusher Fire Extingusher

अग्नीरोधक

9] "वर्ग ब" आग विझवण्यासाठी अग्निशामक यंत्राचे प्रकार वापरले जातात ....

अ] कोरडीशक्ती

ब] कार्बन डायऑक्साइड

क] पाण्याचा जेट

ड] फोम प्रकार

10] सामान्य आग विझवण्यासाठी कोणत्या प्रकारचे अग्निशामक यंत्र वापरले जाते?

अ] पाण्याचेप्रकारविझविण्याचेयंत्र

ब] फोम प्रकार एक्टिंग्विशर

क] कोरडी रासायनिक पावडर एक्टिंग्विशर

D] कार्बन डायऑक्साइड (C02] एक्टिंग्विशर

11] रक्तस्त्राव झाल्यास उपचार घ्या

डी] थंड 3" आणि विश्रांती

<u>अ] थंडपाण्याचीफवारणीकरा</u>

ब] लगेच मलमपट्टी -----.

ब] अपघात विचार उपचार बद्दल चौकशी

safety workshop safety

12] अपघात झाल्यास, पीडितेने आय.एम

अ] विश्रांती घेण्यास सांगितले

<u>क] तात्काळहजरझाले</u>

डी] त्याला सोडा

13] जखमी किंवा आजारी व्यक्तीला प्राथमिक उपचार दिले जातात....

अ] जीव वाचवा

ब] मफचा पुढील बिघाड टाळा

क] शक्य तितका आराम द्या

<u>ड] हेसर्व</u>

14] कचरा पेपर वेगळे करण्यासाठी डब्यांचा कलर कोड ----- आहे.

<u>अ] निळारंग</u>

ब] पिवळा रंग

क] लाल रंग

ड] हिरवा रंग

15] जपानी भाषेत सेको म्हणजे --------------

<u>अ] चमकणे</u>

ब] क्रमवारी लावा

क] प्रमाणीकरण

ड] टिकवणे

16] SS प्रणालीचा फायदा ------ आहे.

अ] उत्पादकतेत वाढ

ब] गुणवत्तेत वाढ

क] वेळेचा अपव्यय कमी करणे

<u>ड] हेसर्व</u>

17] सुरक्षा म्हणजे -----------

अ] कोणाचाही व्यवसाय नाही

ब] प्रत्येकशरीराचाव्यवसाय

क] काही शरीर व्यवसाय

ड] संस्थेचा व्यवसाय

18] मूलभूत श्रेणींसाठी सुरक्षा चिन्हे उपलब्ध आहेत "निषेध" चिन्हाचा अर्थ ----

अ] दाखवतेकीतेकेलेजाऊनये

ब] काय केले पाहिजे ते दाखवते

क] धोक्याची किंवा धोक्याची चेतावणी देते

ड] सुरक्षा तरतुदीची माहिती देते

18] एक मायक्रोमीटर (U] समान आहे...

अ] 0.1 मि.मी

ब] ०.०१ मिमी

C] 0.001 मिमी

ड] 0.0001 मिमी

19] स्लॉटची रुंदी मोजण्यासाठी कॅलिपर म्हणजे...

अ] विषम पाय कॅलिपर

ब] बाहेरील कॅलिपर

C] जेनी कॅलिपर

ड] कॅलिपरच्याआत

caliper hand tools

कॅलिपर

20] विभाजकांचा आकार ----------- द्वारे निर्दिष्ट केला जातो.

अ] पायांची एकूण लांबी

ब] पूर्णपणे उघडल्यावर बिंदूमधील अंतर

क] बिंदू नसलेल्या पायांची लांबी

D] पिव्होटआणिबिंदूमधीलअंतर

21] समांतर रेषा चिन्हांकित करण्यासाठी वापरलेले साधन आहे, डेटाम काठाच्या समांतर आहे -

<u>अ] जेनीकॅलिपर</u>
ब] विभाजक
क] बाहेरील कॉलीपर
ड] कॅलिपरच्या आत
22] खालीलपैकी कोणते एक अप्रत्यक्ष मोजण्याचे साधन आहे?
<u>अ] बाहेरीलकॅलिपर</u>
ब] व्हर्नियर कॅलिपर
क] पोलादी नियम
ड] बाहेरील मायक्रोमीटर
23] पातळ नळ्या कापण्यासाठी, हॅकसॉ ब्लेडची सर्वात योग्य पिच आहे...
अ] 1.8 मिमी
ब] 1.4 मिमी
क] 1 मि.मी
ड] <u>0.8 मि.मी</u>
24] ठोस पितळ कापण्यासाठी, हॅकसॉ ब्लेडची सर्वात योग्य पिच आहे...
अ] <u>1.8 मिमी</u>
ब] 1.4 मिमी
क] 1 मि.मी
ड] 0.8 मि.मी

hacksaw Hacksaw Frame Blade

हॅकसॉ फ्रेम

25] काही स्ट्रोक नंतर एक नवीन हॅकसॉ ब्लेड मुळे सैल होते ...
अ] <u>ब्लेडचेताणणे</u>
ब] विंग-नट धागे जीर्ण होत आहेत
क] ब्लेडची चुकीची खेळपट्टी
ड] करवतीच्या संचाची अयोग्य निवड.

26] लहान व्यासाचे पाईप्स कापताना, नियमितपणे पाहणे आणि याची खात्री करणे उचित आहे ...

अ] कट वक्र रेषेच्या बाजूने आहे

ब] <u>अधिककरवतीचेदातआकुंचनपावलेआहेत</u>

क] काम जास्त तापलेले नाही

ड] हॅकसॉचे योग्य संतुलन राखले जाते

27] व्हाइस क्लॅम्पचा वापर यासाठी केला जातो...

अ] कठीण जबड्याचे रक्षण करा

ब] कामाचे तुकडे कडकपणे घट्ट करा

क] <u>तयारपृष्ठभागसंरक्षितकरा</u>

ड] जंगम जबडा दाखल होण्यास प्रतिबंध करा

28] चिन्हांकित करताना संदर्भ पृष्ठभाग प्रदान केला जातो ...

अ] पृष्ठभाग मापक

ब] वर्कपीस

C] कामाचे रेखाचित्र

D] <u>मार्किंगटेबलपृष्ठभाग</u>

29] अभियंत्याच्या वाइसचा आकार द्वारे निर्दिष्ट केला जातो ...

अ] जंगम जबड्याची लांबी

ब] <u>जबड्याचीरुंदी</u>

क] दुर्गुणाची उंची

ड] जबडा जास्तीत जास्त उघडणे

30] सार्वत्रिक पृष्ठभाग गेजचा भाग जो डेटाम काठावर समांतर रेषा काढण्यास मदत करतो.

अ] रॉकर हात

ब] स्नग

क] बारीक समायोजन स्क्रू

ड] <u>मार्गदर्शकपिन</u>

universal surface gauge

Surface Gauge

युनिव्हर्सल पृष्ठभाग गेज

31] स्क्राइबर बनलेले आहेत ...

अ] सौम्य पोलाद

ब] <u>उच्चकार्बनस्टील</u>

क] पितळ

ड] कास्ट लोह

32] हँडल फिक्स करण्यासाठी वापरल्या जाणाऱ्या हातोड्याचा भाग...

चेहरा

ब] पेन

क] गाल

ड] <u>डोळाछिद्र</u>

33] चिन्हांकित करण्याच्या हेतूने हातोड्याचे वजन आहे ...

अ] <u>250 ग्रॅम</u>

ब] 500 ग्रॅम

क] १ किग्रॅ

ड] 2 किग्रॅ

hammer Hammers

हातोडा

34] डिव्हायडर्सचा आकार द्वारे निर्दिष्ट केला जातो ...
अ] पायांची एकूण लांबी
ब] पूर्णपणे उघडल्यावर बिंदूमधील अंतर
क] बिंदूशिवाय पायांची लांबी
D] <u>पिव्होटआणिबिंदूमधीलअंतर</u>
35] ‘V’ ब्लॉकच्या खोबणीचा समाविष्ट केलेला कोन नेहमीच असतो....
अ] ४५◦
ब] ६०◦
C] 90◦
ड] <u>120◦</u>
36] ‘V’ ब्लॉक्सच्या ग्रेडमध्ये उपलब्ध आहेत...
अ] <u>अआणिब</u>
ब] अ, ब आणि क
क] १,२ आणि ३
ड] १ आणि २
37] ‘B’ ग्रेडचे ‘V’ ब्लॉक बनलेले आहेत
अ] <u>कास्टलोह</u>
ब] सौम्य पोलाद
क] पोलाद
ड] कास्ट स्टील
38] केंद्र शोधण्यासाठी वापरलेल्या पंचाचे नाव सांगा.
अ] प्रिक पंच ३०°
ब] प्रिक पंच ६०°
<u>क] केंद्रपंच</u>
ड] डॉट पंच

Centre punch 1 Punches

मध्यभागी पंच

39] केंद्र पंचाचा बिंदू कोन -------- आहे.

अ] ३०°

ब] ५०°

c] 900

ड] 1200

40] पंचांचा वापर --------- कोणत्याही आकाराचा बनवण्यासाठी केला जातो

अ] छिद्र

ब] खाण

C] Knurling

ड] रीमिंग

41] साधारणपणे वाइसच्या हॅंडलची लांबी ---------- असते.

अ] वाइसच्या सामान्य आकाराच्या 1.5 पट

ब] वाइसच्यासामान्यआकाराच्या 2.5 पट

क] वाइसच्या सामान्य आकाराच्या 3.5 पट

ड] वाइसच्या सामान्य आकाराच्या 4.5 पट

bench vice Bench Vice

खंडपीठ उपाध्यक्ष

42] बेंच व्हाईस स्पिंडल .... चे बनलेले असते.

अ] सौम्यपोलाद

ब] कास्ट लोह

क] साधन स्टील

ड] कांस्य

43] फाइल्सची उत्तलता मदत करते...

अ] अवतल पृष्ठभाग फाइल करण्यासाठी

ब] बहिर्वक्र पृष्ठभाग फाइल करण्यासाठी

क] कामाच्याकडागोलाकारटाळण्यासाठी

D] दाब लागू झाल्यावर सरळ होणारी फाईल

files 1 Files

फाईल्स

44] लाकूड, चामडे आणि इतर मऊ साहित्य भरण्यासाठी कोणती फाईल वापरली जाते?

.

अ] सिंगल कट फाइल

ब] डबल कट फाइल

c] रास्पकटफाइल

ड] वक्र कट फाइल

45] वापरलेली फाईल ------------ साठी वापरली जाते.

अ] कामाचा तुकडा साफ करणे

क] फाईलचे दात नूतनीकरण करणे

ब] फाईलचेदातसाफकरणे

ड] चिप्स साफ करणे

46] फाइल कार्ड -------- यासाठी वापरले जाते

अ] कामाचा तुकडा स्वच्छ करा

C] फाईलचे दात नूतनीकरण करा

ब] फाईलचेदातस्वच्छकरा

47] लेखकाचा बिंदू कोन ----------- आहे.

अ] ३०°
ब] ६०°
C] 5° ते 10°
D] 12° ते 15°
48] कास्ट आयरनला चिपकण्यासाठी कटिंग अँगल आहे...
अ] ३७.५◦
ब] 55◦
क] 60◦
ड] 90◦

chisel hand tools

49] छिन्नी सामग्रीमध्ये खोदेल जेव्हा...
अ] रेक कोन अधिक आहे
ब] क्लिअरन्स कोन खूप कमी आहे
क] झुकावकोनअधिकआहे
ड] झुकाव कोन खूप कमी आहे
५०] कटिंग एजला थोडासा बहिर्वक्रता दिला जातो...
अ] वक्र पृष्ठभाग कापून टाका
ब] धारदार कोपरे कापून टाका
क] टोकेखोदण्यासप्रतिबंधकरा
ड] वंगण आत येऊ द्या
51] सरफेस प्लेट्स कशापासून बनतात...
अ] उच्च दर्जाचे कास्ट स्टील
ब] बारीककच्चालोह
क] मिश्र धातु स्टील्स
ड] लोह

Surface plates hand tools

52] पृष्ठभाग प्लेट्स त्यांच्या लांबी आणि रुंदीनुसार निर्दिष्ट केल्या जातात आणि मध्ये असतात

अ] डेसिमीटर

ब] घनमीटर

क] दंडगोलाकार

53] कोन प्लेटच्या मशीन नसलेल्या भागावर बरगड्या दिल्या जातात...

अ] सुलभ हाताळणी

ब] उत्पादनात सोय

C] मशीनवर सेट करताना क्लॅम्पिंग

ड] कडकपणाआणिविकृतीटाळण्यासाठी

54] अँगल प्लेटवरील स्लॉट यासाठी दिले आहेत...

अ] वजन कमी करणे

ब] काम संरेखित करणे

क] हुक वापरून उचलणे

D] सामावूनघेणारेबोल्ट.

55] कोन प्लेट्सचा आकार द्वारे दर्शविला जातो ...

अ] वजन

ब] लांबी

क] लांबी x रुंदी

ड] आकारक्रमांक

56] सिमेंट कार्बाइड सारख्या मटेरियलवर हाय स्पीड पार्टिंग ऑफ कामासाठी

अ] सर्व मशीन करा

ब] कापण्याचे यंत्र

क] हेवीड्युटीपॉवरपाहिले

ड] खाण यंत्र बसलेले पाहिले

57] तोफा हा तांब्याचा धातू आहे, ------------

अ] कथीलआणिजस्त

ब] शिसे आणि जस्त

क] झिंक आणि निकेल

ड] शिसे आणि निकेल

58] कास्ट आयर्नचा वापर मशीन बेड तयार करण्यासाठी केला जातो कारण -------

<u>अ] तेअधिकसंकुचिततणावाचाप्रतिकारकरूशकते</u>

ब] ते वजनाने जड असते

क] हा स्वस्त धातू आहे

ड] हा एक ठिसूळ धातू आहे

59] मायक्रोमेट्रिकच्या बाहेर मेट्रिकची अचूकता किंवा किमान गणना --------- आहे

अ] 0-1 मिमी

<u>B] 0.01 मिमी</u>

C] 0.001 मिमी

ड] 0.02 मिमी

micrometer Out Side Micrometer

60] 1000 मायक्रॉन म्हणजे -----

<u>अ] 1 मि.मी</u>

ब] १ मी

क] 1000 मिमी

ड] 10 सें.मी

61] मेट्रिक मायक्रोमीटरमध्ये, थिमल ॲडव्हान्सची संपूर्ण क्रांती -----------

अ] 0.01 मिमी

ब] 0.25 मिमी

<u>C] 0.50 मिमी</u>

ड] 1.00 मि.मी

micrometer2 Out Side Micrometer

मायक्रोमीटर

62] मायक्रोमीटरमधील रॅचेट स्टॉप ------------ मदत करते.

अ] दाबनियंत्रितकरा

B] स्पिंडल लॉक करा

C] शून्य त्रुटी समायोजित करा

ड] कामाचा तुकडा धरा

63] 1000 मायक्रॉन म्हणजे ------------

अ] 1 मि.मी

ब] १ मी

क] 1000 मिमी

ड] 10 सें.मी

64] मायक्रोमीटरच्या बाहेरील 50-75 मिमीचे शून्य वाचन किती आहे?

अ] 0.000 मिमी

ब] 0.01 मिमी

क] 25.00 मिमी

ड] 50.00 मिमी

65] मायक्रोमीटरच्या बाहेरील मेट्रिकच्या स्लीव्हवरील सर्वात लहान भागाचे मूल्य ----- आहे.

अ] 0.50 मिमी

ब] 1.00 मिमी

क] 1.50 मिमी

ड] 2.00 मिमी

66] मायक्रोमीटरमधील रॅचेट स्टॉप --------- मदत करते.

अ] दाबनियंत्रितकरा

ब] स्पिंडल लॉक करा

C] शून्य त्रुटी समायोजित करा

ड] कामाचा तुकडा धरा

67] डेप्थ मायक्रोमीटरची सर्वात कमी गणना आहे

अ] 0.5 मिमी

ब] 0.2 मिमी

C] 0.001 मिमी

<u>ड] 0.01 मिमी</u>

Depth micrometer 1 Depth Micrometer

खोली मायक्रोमीटर

68] व्हर्नियर कॅलिपरची सर्वात कमी संख्या आहे (मुख्य स्केल = 49 विभाग, व्हर्नियर स्केल = 50 विभाग)

अ] 0.1 मिमी

ब] 0.01 मिमी

C] 0.001 मिमी

<u>ड] 0.02 मिमी</u>

vernier calliper 1 Vernier Caliper 1

व्हर्नियर कॅलिपर

69] व्हर्नियर कॅलिपर वापरून केलेल्या मोजमापाचा प्रकार ------- आहे.

अ] थेट मोजमाप

<u>ब] अप्रत्यक्षमापन</u>

क] ९०“] (अ] ८१ (ब]

ड] यापैकी नाही

70] व्हर्नियर बेव्हल प्रोट्रॅक्टरची सर्वात कमी गणना आहे...

अ] १”

B] <u>5‘</u>

क] 1◦

ड] 5 ◦

71] व्हर्नियर बेव्हल प्रोट्रेक्टरचा भाग जो सामान्यतः कोन मोजण्यासाठी संदर्भ आधार म्हणून वापरला जातो ...

अ] ब्लेड

ब] <u>साठा</u>

क] डिस्क

क] मुख्य प्रमाण

vernier bevel protractor 3

Vernier Bevel Protractor

व्हर्नियर बेव्हल प्रोट्रेक्टर

72] व्हर्नियर बेव्हल प्रोटेक्टरचा भाग ज्यावर मुख्य प्रमाणात विभाजने चिन्हांकित केली जातात ...

अ] साठा

ब] डायल करा

क] <u>डिस्क</u>

ड] समायोज्य ब्लेड

73] बेव्हल प्रोट्रॅक्टरचा भाग, जो मापन करताना कलते पृष्ठभागाच्या संपर्कात येतो...

अ] <u>ब्लेड</u>

ब] साठा

क] डिस्क

ड] डायल

74] व्हर्नियर बेव्हल प्रोट्रॅक्टरच्या मुख्य स्केलच्या प्रत्येक भागाचे मूल्य आहे...

अ] ५’

ब] <u>1◦</u>
क] 5◦
ड] 10◦
75] बेव्हल प्रोट्रॅक्टरच्या व्हर्नियर स्केलच्या प्रत्येक भागाचे मूल्य आहे...
अ] 1◦
ब] 1◦5‘
C] <u>1◦55’</u>
D] 5‘
76] टेपर शँक ड्रिल मशीनवर याद्वारे धरले जातात ...
अ] चक
<u>ब] बाही</u>
क] वाहून जाणे
ड] वाइस

taper shank drills drilling machine

77] ड्रिल चक्स ड्रिलिंग मशीनच्या स्पिंडलवर एका... द्वारे बसवले जातात.
अ] नर्ल्ड रिंग
<u>ब] आर्बर</u>
क] वाहून जाणे
ड] पिनियन आणि किल्ली
78] ड्रिल्सवर दिलेला मोर्स टेपर...
A] <u>MT 1 ते MT 5</u>
ब] MT 1 ते MT 4
C] MT 0 ते MT 5
D] MT 0 ते MT 4
79] ड्रिफ्टचा वापर यासाठी केला जातो...
अ] ड्रिल स्थान काढणे
ब] मशीन स्पिंडलवर चक फिक्स करणे
क] कामातून तुटलेली ड्रिल काढणे
ड] <u>मशीनस्पिंडलमधूनड्रिलकाढणे</u>

80] जेव्हा ड्रिलची टेपर शँक मशीनच्या स्पिंडलपेक्षा मोठी असते, तेव्हा ड्रिल ठेवण्याचे साधन म्हणजे...

अ] ड्रिल स्लीव्ह

ब] टेपरसॉकेट

क] ड्रिल ड्रिफ्ट

ड] चक आणि कि

81] ड्रिलिंग मशीनमध्ये सौम्य स्टील ड्रिल करण्यासाठी योग्य कटिंग फ्लुइड आहे...

अ] सिंथेटिक विद्रव्य तेल

ब] स्वच्छ तेल

क] डिस्टिल्ड वॉटर

D] विद्रव्यतेल

82] रेडियल ड्रिलिंग मशीनचे एक विशेष वैशिष्ट्य आहे...

अ] हे एचएसएस ड्रिलसह ड्रिलिंगसाठी वापरले जाऊ शकते

ब] टेबल कोणत्याही स्थितीत हलवले आणि सेट केले जाऊ शकते

क] वेगाची विविधता उपलब्ध आहे

ड] स्पिंडलकोणत्याहीस्थितीतआणलेजाऊशकते

piller

drilling machine drilling-machine-spindle

83] ड्रिलचा बिंदू कोन यावर अवलंबून असतो...

अ] ड्रिलचा आकार

ब] यंत्राचा प्रकार

क] कामाचेसाहित्य

D] ड्रिलचा RPM

84] मानक ड्रिलसाठी बिंदू कोन आहे...

अ] 60◦

ब] 108◦

क] 118◦

ड] 135◦

85] हेलिकल कोन ठरवतो...

अ] कटिंग अँगल

ब] कोन चघळणे

क] <u>रेककोन</u>

ड] ओठांचा कोन

86] ड्रिलचा क्लिअरन्स कोन दरम्यान आहे...

अ] 3◦ ते 5◦

ब] <u>8◦ ते 12◦</u>

क] 12◦ ते 20◦

ड] 15◦ ते 20◦

87] दुर्गम ठिकाणी (वीज उपलब्ध नाही) रेल्वे ट्रॅक ड्रिल करायचा आहे. योग्य ड्रिलिंग मशीन निवडा

अ] रेडियल ड्रिलिंग मशीन

ब] पिलर ड्रिलिंग मशीन

क] <u>रॅचेटड्रिलिंगमशीन</u>

ड] संवेदनशील ड्रिलिंग मशीन

drilling drilling machine

ड्रिलिंग

88] कॅबिनेट बनवण्यासाठी सुताराने वापरलेले ड्रिलिंग मशीन म्हणजे...

अ] रॅचेट ड्रिलिंग मशीन

ब] रेडियल ड्रिलिंग मशीन

क] <u>स्तनड्रिलिंगमशीन</u>

ड] संवेदनशील ड्रिलिंग मशीन

89] वीज उपलब्ध नसलेल्या ठिकाणी छिद्र पाडण्यासाठी खालीलपैकी कोणते ड्रिलिंग मशीन वापरले जाते?

अ] बेंच ड्रिलिंग मशीन

ब] पिलर ड्रिलिंग मशीन

क] ड्रिलिंग मशीन पुन्हा डायल करा

<u>ड] रॅचेटड्रिलिंगमशीन</u>

90] खालीलपैकी कोणते ड्रिलिंग मशीन हेवी ड्युटी कामासाठी वापरले जाते?

अ] बेंच ड्रिलिंग मशीन

ब] पिलर ड्रिलिंग मशीन

<u>क] रेडियलड्रिलिंगमशीन</u>

ड] इलेक्ट्रिक हँड ड्रिलिंग मशीन

91] ड्रिल चक मशीनच्या स्पिंडलवर ------ च्या माध्यमातून धरले जातात.

<u>अ] आर्बर</u>

ब] वाहून जाणे

क] ड्रॉ-इन बार

ड] चक नट

92] संवेदनशील बेंच ड्रिलिंग मशीनमध्ये ---- द्वारे भिन्न वेग प्राप्त केले जातात.

<u>अ] बेल्टपुलीयंत्रणा</u>

ब] हायड्रोलिक यंत्रणा

क] रॅक आणि पिनियन यंत्रणा

ड] कॅम आणि अनुयायी यंत्रणा

72] XLDPE चे पूर्ण रूप काय आहे?

अ] कमी घनता पॉली इथिलीन

B] रेखीय कमी घनता पॉली इथिलीन

क] <u>क्रॉसलिंक्डलोडेन्सिटीपॉलीइथिलीन</u>

D] उच्च घनता पॉली इथिलीन

73] MDPE ची घनता कोणती आहे?

अ] ०.९१० ते ०.९२९ ग्रॅम/सेमी ३

ब] <u>0.930 ते 0.940 ग्रॅम/सेमी3</u>

C] ०.९४१ ते ०.९६५ ग्रॅम/सेमी ३

डी] 0.100 ते .200 ग्रॅम/सेमी3

74] पॉलिमरची व्याख्या कोणती?

अ] <u>पीई + पीपी</u>

B] PP + PS

C] PC + PP

D] PA + PC

75] कोणता पॉलिमर निसर्गात स्वत: विझवणारा आहे?

अ] पॉली प्रोपीलीन

ब] पॉली स्टायरीन

क] पॉलीविनाइलक्लोराईड

D] उच्च घनता पॉली इथिलीन

76] थर्मोसेटिंग प्लास्टिक म्हणजे काय?

अ] पुन्हा वापरता येईल

ब] पुनर्नवीनीकरण केले जाऊ शकते

क] पुनर्वापरकरतायेतनाही

D] बदलता येतो

77] रिझोलमध्ये फिनॉल आणि फॉर्मल्डिहाइडचे गुणोत्तर किती आहे?

अ] १:२.५

ब] १:१.५

क] १.५:१

D] 1:0.8

78] कोणते प्लॅस्टिक वितळते आणि वितळते?

अ] पॉलीप्रोपीलीन

B] पॉली विनाइल क्लोराईड

C] पॉली स्टायरीन

D] पॉली कार्बोनेट

79] कोणत्या प्रकारचे प्लास्टिक पाण्यावर तरंगते?

A] पॉली प्रोपीलीन आणि पॉली स्टायरीन

B] पॉली अमाइड आणि पॉली ऍसिटिलीन

क] पॉलीइथिलीनआणिपॉलीप्रोपीलीन

D] पॉली कार्बोनेट आणि पॉली प्रोपीलीन

80] कोणता पॉलिमर टाकल्यावर धातूचा आवाज निर्माण करतो?

A] पॉली विनाइल क्लोराईड

B] पॉली मिथाइल मेथाक्रिलेट

क] पॉलीस्टायरीन

डी] पॉली इथिलीन

81] पाण्यात विरघळणारा पॉलिमर कोणता आहे?

अ] पॉली ब्यूटिलीन टेरेफ्थालेट

ब] पॉलीविनाइलअल्कोहोल

C] पॉली अमाइड

D] पॉली कार्बोनेट

82] कोणत्या प्रकारचे पॉलिमर निसर्गात पारदर्शक होऊ शकत नाही?

अ] पॉली स्टायरीन

ब] उच्चघनतापॉलीइथिलीन

C] पॉली मिथाइल मेथाक्रिलेट

D] स्टायरीन ऍक्रिलो नायट्रिल

83] खालीलपैकी अभियांत्रिकी प्लास्टिक म्हणजे काय?

अ] पॉलीइथिलीनटेरेफ्थालेट (PET)

B] पॉली विनाइल क्लोराईड

C] पॉली स्टायरीन

डी] पॉली विनाइल अल्कोहोल

84] कोणत्या प्लास्टिकला कप फ्लो टेस्ट मिळाली आहे?

अ] स्फटिक

ब] थर्मोसेटिंग

C] थर्मोप्लास्टिक्स

D] तंतू

85] UTM चे पूर्ण रूप काय आहे?

अ] सार्वत्रिकचाचणी पद्धत

B] युरिया चाचणी पद्धत

C] युनिव्हर्सल टेस्टिंग मशीन

D] अमर्यादित चाचणी पद्धत

86] कोणत्या प्रकारची पॉलिमर सामग्री सार्वत्रिकपणे गडद आणि अपारदर्शक आहे?

अ] युरिया फॉर्मल्डिहाइड

B] पॉली कार्बोनेट

C] पॉली स्टायरीन

डी] फिनॉलफॉर्मल्डिहाइड

87] बेकेलाइट म्हणजे काय?

अ] युरिया फॉर्मल्डिहाइड

ब] फिनॉलफॉर्मल्डिहाइड

C] मेल्युमिन फॉर्मल्डिहाइड

डी] एपॉक्साइड राळ

88] नायलॉन तयार करण्यासाठी कोणता मोनोमर वापरला जातो?

अ] हेक्सामिथिलीनडायमाइनआणिऍडिपिकऍसिड

B] हेक्सा मिथिलीन डायमाइन आणि सॅलिसिलिक ऍसिड

C] हायड्रोक्लोरिक ऍसिड आणि ऍडिपिक ऍसिड

D] सल्फ्यूरिक ऍसिड आणि हायड्रोजन सल्फेट

89] कूक वेअर कोटिंगसाठी कोणते प्लास्टिक वापरले जाते?

अ] <u>पॉलीटेट्राफ्लूरोइथिलीन</u>

ब] पॉली प्रोपीलीन

C] पॉली विनाइल क्लोराईड

D] पॉली कार्बोनेट

90] वॉशिंग मशीन आंदोलकांसाठी कोणते पॉलिमर वापरले जाते?

अ] पॉली कार्बोनेट

ब] पॉली मिथाइल मेथाक्रिलेट

क] <u>पॉलीप्रोपीलीन</u>

डी] पॉली अमाइड

91] इथिलीन ग्लायकॉल आणि टेरेफ्थालिक ऍसिडपासून कोणता पॉलिमर तयार केला जातो?

अ] पॉली विनाइल क्लोराईड

ब] पॉली टेट्रा फ्लूरो इथिलीन

क] <u>पॉलीइथिलीनटेरेफ्थालेट</u>

डी] पॉली अमाइड

92] कोणता पॉलिमर न मोडता येण्याजोगा डिनरवेअर तयार करण्यासाठी वापरला जातो?

अ] कमी घनता पॉली इथिलीन

ब] <u>मेलामाइनफॉर्मल्डिहाइडराळ</u>

C] सिलिकॉन पॉलिमर

डी] पॉली मिथाइल मेथाक्रिलेट

93] युरिया फॉर्मल्डिहाइड मोल्डिंग पावडरचा मुख्य वापर काय आहे?

अ] <u>इलेक्ट्रिकलआणिइलेक्ट्रॉनिक्स</u>

ब] कृषी

C] ऑटोमोबाईल

डी] यांत्रिक

94] खालीलपैकी कोणते कमोडिटी थर्मोप्लास्टिक आहे?

अ] पॉली कार्बोनेट

ब] ऍक्रिलोनिट्राईल बुटाडीन स्टायरीन

क] <u>कमीघनतापॉलीइथिलीन</u>

D] नायलॉन

95] डंब बेल आकाराच्या चाचणी नमुन्यासाठी कोणत्या चाचणीला प्राधान्य दिले जाते?

अ] <u>तन्यता</u>

ब] लवचिक

C] इझोड
ड] चार्पी
96] मेल्ट फ्लो इंडेक्स चाचणीचे एकक काय आहे?
A] g/60 से
ब] g/10 मिनिटे
C] g/1 मिनिटे
D] kg/10 मिनिटे
97] हँड इंजेक्शन मोल्डिंग मशीनसाठी कोणत्या प्रकारचे हीटर्स वापरले जातात?
अ] काडतूस हीटर
ब] बँडहीटर्स
C] कॉइल प्रकारचे हीटर्स
डी] बुडविलेले प्रकार हीटर्स
98] कच्चा माल भरण्यासाठी इंजेक्शन मोल्डिंग मशीनचा कोणता भाग वापरला जातो?
अ] बॅरल
ब] हॉपर
क] साचा
डी] हीटर
99] हँड इंजेक्शन मोल्डिंग मशीनमध्ये प्लंगरचे कार्य काय आहे?
अ] सामग्री वितळणे
ब] वितळलेल्यासामग्रीलाव्यासाच्यातढकलूनद्या
C] साहित्य थंड करा
D] मोल्ड केलेला भाग बाहेर काढा
100] कोणत्या प्रकारचे इंजेक्शन मशीन रॅक आणि पिनियन यंत्रणेशी संबंधित आहे?
अ] हातानेइंजेक्शनमशीन
B] स्वयंचलित इंजेक्शन मशीन
C] स्वयंचलित कॉम्प्रेशन मशीन
D] रोटो मोल्डिंग मशीन
101] इजेक्टर पिनचा उद्देश काय आहे?
अ] ठेवणे
ब] थंड करणे
क] इजेक्शन
डी] इंजेक्शन
102] इंजेक्शन मोल्डिंग मशीनमध्ये कोणत्या प्रकारचे दाब वापरले जाते?
अ] उच्चदाब

B] कमी दाब
C] मध्यम दाब
D] खूप कमी दाब
103] साच्याचे हृदय कोणते?
अ] वरची प्लेट
ब] तळ प्लेट
क] कोरआणिपोकळी
डी] इजेक्टर प्लेट
104] इंज्युशन मोल्डिंगमधील शॉर्ट शॉट दोषावर कोणता उपाय आहे?
अ] मोल्ड अलाइनमेंट तपासा
ब] साचाचे तापमान कमी करा
C] वायुवीजन प्रदान करा
डी] वाढलेलेखाद्य
105] कोणत्या क्लॅम्पिंग सिस्टमला पॉझिटिव्ह क्लॅम्पिंग सिस्टम म्हणतात?
A] हायड्रोलिक क्लॅम्पिंग
ब] टाय बार कमी चॅम्पिंग
क] क्लॅम्पिंगटॉगलकरा
D] वायवीय क्लॅम्पिंग
106] इंजेक्शन मोल्डिंग स्क्रूची 50% लांबी कोणता झोन व्यापतो?
अ] अन्नदेणे
ब] मीटरिंग
C] कम्प्रेशन
ड] वितळणे
107] स्क्रू आणि बॅरलमधील क्लिअरन्स काय आहे?
A] 0.02 मिमी
B] 0.001 मिमी
क] 0.002 मिमी
डी] 0.15 मिमी
108] कोणता झोन सकारात्मक विस्थापन पंप म्हणून काम करतो?
अ] फीड झोन
B] कॉम्प्रेशन झोन
क] मीटरिंगझोन
डी] वितळणे क्षेत्र
109] कोणता भाग धावपटूला पोकळी जोडतो?

अ] स्प्रू

ब] <u>गेट</u>

C] कोर

डी] इजेक्टर

110] रनर लेस मोल्डचा फायदा काय आहे?

A] सायकल वेळ वाढवा

ब] <u>साहित्याचाकमीअपव्यय</u>

C] दाब कमी करा

D] साहित्याचा वाढता अपव्यय

111] हँडलच्या रोटेशनल मोशनला प्लंगरच्या वर आणि डाउन मोशनमध्ये रूपांतरित करण्यासाठी कोणता भाग वापरला जातो?

अ] हॉपर

B] हँडल

क] <u>रॅकआणिपिनियन</u>

D] बंदुकीची नळी

112] इंजेक्शन सायकलमध्ये चक्रीय क्रम काय आहेत?

अ] <u>हॉपर- बॅरल - स्क्रूनोझल - साचा</u>

B] बॅरल-हॉपर-मोल्ड-स्क्रू नोजल

C] मोल्ड-स्क्रूनोझल-हॉपर-बॅरल

D] बॅरल- स्क्रू नोजल - मोल्ड-हॉपर

113] इंजेक्शनच्या गतीला कोणते एकक व्यक्त केले जाते?

अ] मी/से

ब] <u>सेमी/सेकंद</u>

C] किमी/से

D] मिमी/से

114] इंजेक्शन ऑपरेशन दरम्यान स्क्रूच्या पुढे जाण्याच्या गतीला काय म्हणतात?

अ] <u>इंजेक्शनगती</u>

B] इंजेक्शन दाब

सी] शॉट वजन

डी] इंजेक्शन दाब

115] नोजलच्या आउटलेट एंड फिक्सिंगचे नाव काय आहे?

अ] साचा

ब] पोकळी

C] कोर

डी] स्प्रूबुश

116] दिवसाच्या प्रकाशाची व्याख्या काय आहे?

अ] स्क्रू आणि बॅरलमधील अंतर

B] स्क्रू आणि मोटरमधील अंतर

क] प्लेट्समधीलअंतर

D] हॉपर आणि बॅरलमधील अंतर

117] इंजेक्शन मोल्डिंगमध्ये स्प्रू बुश कोणता भाग आहे?

अ] जंगम प्लेट

ब] निश्चितप्लेट

C] शेपटी प्लेट

डी] स्क्रू

118] इंजेक्शन मोल्डिंगमध्ये कोणता भाग इजेक्टर यंत्रणा स्थित आहे?

अ] स्थिर प्लेट

ब] जंगमप्लेट

C] शेपटी प्लेट

डी] स्क्रू

119] स्वयंचलित इंजेक्शन मोल्डिंग मशीनमध्ये कोणता भाग घर्षण उष्णता विकसित केला जातो?

अ] बॅरलच्या बाहेर

B] नोजलच्या बाहेर

क] बॅरलच्याआत

ड] हॉपरच्या आत

120] प्लास्टिकचे जास्तीत जास्त वजन एका उत्पादनाद्वारे इंजेक्शनने केले जाऊ शकते याला काय म्हणतात?

अ] शॉटवजन

B] मोल्डिंग सायकल

C] क्षमता

डी] इंजेक्शन गती

121] इंजेक्शन स्क्रूच्या हेलिकल मेटल थ्रेड स्ट्रक्चरचे नाव काय आहे?

अ] उड्डाण

B] हेलिक्स कोन

क] खेळपट्टी

D] आघाडी

122] स्क्रूचा मानक हेलिक्स कोन काय आहे?

A] 15°

ब] १६°

क] १७.७°

D] 19.8°

123] घर्षण उष्णता कशी निर्माण होते याची कोणती व्याख्या योग्य आहे?

अ] स्क्रूचीहालचाल

ब] वितळण्याची गती

C] साच्याची हालचाल

D] साहित्याची हालचाल

124] इंजेक्शन मोल्डिंग मशीनमध्ये कोणता भाग "व्हेंट" प्रदान करतो?

अ] बंदुकीचीनळी

ब] स्क्रू

क] नोझल

डी] कूलिंग सिस्टम

125] पोकळीच्या प्रवेशद्वारावरील उघडणारा भाग कोणता आहे?

अ] धावणारा

ब] गेट

C] कोर

ड] स्प्रू

126] कोणत्या प्रकारच्या साच्याला रनर लेस मोल्ड म्हणतात?

अ] कॉम्प्रेशन मोल्ड

B] फुंकणे

C] थंड धावणारा साचा

डी] गरमधावणारासाचा

127] क्लॅम्पिंग सिस्टीमचे नाव काय आहे ज्यामध्ये पिव्होटसह शेवटपर्यंत जोडलेल्या दोन बार असतात?

अ] टाय-बार कमी क्लॅम्पिंग

B] हायड्रो मेकॅनिकल क्लॅम्पिंग

क] क्लॅम्पिंगटॉगलकरा

D] हायड्रॉलिक क्लॅम्पिंग

128] क्लॅम्पिंग सिस्टमचे नाव काय आहे की मोल्ड प्लेटनच्या आकारावर मर्यादा नाहीत?

अ] टाय-बारकमीक्लॅम्पिंग

B] हायड्रो मेकॅनिकल क्लॅम्पिंग

C] टॉगल क्लॅम्पिंग

D] हायड्रॉलिक क्लॅम्पिंग

129] प्लॅस्टिकच्या वितळलेल्या अवस्थेत कोणत्या प्रकारचा साचा सर्वकाळ आढळतो?

अ] थंड धावणारा

ब] हॉटधावपट्ट

C] दोन प्लेट

डी] तीन प्लेट

130] नॉकआउट पिन, स्ट्रीपर, ब्लेड इत्यादींचा समावेश कोणता युनिट आहे?

A] कूलिंग सिस्टम

B] इंजेक्शन प्रणाली

C] क्लॅम्पिंग सिस्टम

डी] इजेक्शनसिस्टम

131] दिलेल्या चिन्हांपैकी कोणते चिन्ह PLC चे आउटपुट आहे?

अ] मॅन्युअल स्विचेस

ब] गजर

C] रिले

डी] सेन्सर्स

132] PLC चा मेंदू कोणता भाग आहे?

अ] प्रोसेसर

ब] ॲनालॉग

C] इनपुट

डी] आऊट पुट

133] दिलेल्या चिन्हांपैकी PLC चे इन पुट कोणते आहे?

अ] मोटर्स

ब] दिवे

C] अलार्म

डी] सेन्सर्स

134] तास/उपलब्ध तासांमध्ये डाउन टाइम ही व्याख्या काय आहे?

अ] देखभालप्रभावीपणा

B] ब्रेकडाउनची वारंवारता

C] देखभाल नियोजनाची परिणामकारकता

D] शून्य खाली वेळ

135] उपकरणे निकामी झाल्यानंतर कोणत्या प्रकारची देखभाल केली जाते?

अ] देखभाल बंद करा

ब] ब्रेकडाउनदेखभाल

C] प्रतिबंधात्मक देखभाल

डी] सुधारात्मक देखभाल

136] इलेक्ट्रिक मोटरचा बेल्ट कोणत्या प्रकारचा मेंटेनन्स मोडतो?

अ] सुधारात्मक

ब] अनुसूचित

C] प्रतिबंधात्मक देखभाल

डी] वेळेवर

137] हायड्रोलिक पॉवर युनिटमध्ये कोणत्या प्रकारचा घटक वापरला जातो?

अ] दाब मापक

B] फिलर गेज

क] झडप

ड] जलाशय

138] कोणत्या प्रकारचा झडपा कंप्रेसरच्या जलाशयात हवा जाऊ देतो, परंतु बाहेर जाऊ देत नाही?

अ] झडपतपासा

B] रिसीव्हर वाल्व

C] नियंत्रण झडप

D] थ्री वे व्हॉल्व्ह

139] कोणत्या प्रकारचे झडप हवेचा प्रवाह प्रतिबंधित करते?

A] शटल व्हॉल्व्ह

B] दिशा नियंत्रण झडप

C] एकल अभिनय सिलेंडर

डी] थ्रोटलवाल्व

140] कोणता भाग हायड्रॉलिक प्रणालीमध्ये द्रव प्रवाहाचे यांत्रिक हालचालीमध्ये रूपांतर करतो?

अ] गाळणे

ब] ॲक्ट्युएटर

C] संचयक

D] पंप

141] तेलाला घन पदार्थ दूषित ठेवण्यास जबाबदार असलेल्या घटकाचे नाव काय आहे?

अ] पंप

ब] संचयक

क] गाळणेआणिफिल्टर

D] झडपा

142] हायड्रोलिक प्रणालीच्या हृदयाचे नाव काय आहे?

A] झडपा

ब] पंप

C] संचयक

डी] तेल टाकी

143] पिस्टनच्या दोन्ही बाजूंनी द्रवपदार्थ कृती करण्यासाठी कोणत्या प्रकारचे हायड्रॉलिक सिलेंडर वापरले जाते?

A] डुप्लेक्स सिलेंडर

ब] दुहेरीअभिनयसिलेंडर

C] एकल अभिनय सिलेंडर

D] वायवीय सिलेंडर

144] हाताच्या इंजेक्शन मोल्डिंग मशीनचा कोणता भाग थंड करण्याच्या उद्देशाने संबंधित आहे?

अ] बॅरल

ब] बरे करणारा

क] हॉपरगळा

ड] नोझल

145] हँड इंजेक्शन मोल्डिंग मशीनमध्ये कोणत्या प्रकारचा कच्चा माल वापरला जातो?

अ] पत्रक

ब] द्रव

C] पावडर

डी] ग्रॅन्युल्स

146] हँड इंजेक्शन मोल्डिंगमध्ये योग्य पर्याय कोणता आहे?

अ] वितळणे अधिक एकसंध असते

ब] वितळणेएकसंधनाही

क] वितळणे कातरणे

ड] वितळण्याचा अनावर प्रवाह

147] इंजेक्शन मोल्डिंग मशीनची क्षमता निर्धारित करण्यासाठी मानक म्हणून कोणती सामग्री वापरली जाते?

अ] पॉली कार्बोनेट

ब] पॉलीस्टायरीन

C] उच्च घनता पॉली इथिलीन

डी] पॉली अमाइड

148] इंजेक्शन मोल्डिंग सायकलची प्राथमिक पायरी कोणती आहे?
अ] इंजेक्शन
ब] इजेक्शन
क] थंड करणे
डी] बंदहोतआहे

149] इंजेक्शन मोल्डिंगमधील द्रवपदार्थांची गळती रोखण्यासाठी कोणता भाग वापरला जातो?
अ] झाकण
B] टोपी
क] ओआकाराचीरिंग
डी] इजेक्टर पिन

150] इंजेक्शन मोल्डिंगमध्ये सिंक मार्क्सच्या दोषांवर कोणते उपाय आहेत?
अ] अपुरा दाब
ब] दाबवाढवा
C] खराब भाग डिझाइन
ड] अति

151] इंजेक्शन मोल्डिंगमधील वॉरपेज दोषावर उपाय काय आहे?
अ] उच्च वितळलेले तापमान
B] साहित्याचा ऱ्हास
क] पुरेसाथंडावा
ड] दूषित होणे

152] इंजेक्शन मोल्डिंगमध्ये सिल्व्हर स्ट्रीक दोषावर उपाय काय आहे?
अ] Predrying
ब] उष्णता कमी करा
C] इंजेक्शन दाब कमी करा
ड] टनेज वाढवा

153] इंजेक्शन मोल्डिंगची क्लॅम्पिंग फोर्स व्यक्त करण्यासाठी कोणती शब्दावली वापरली जाते?
अ] परत चोखणे
ब] टनेज
C] पाठीचा दाब
D] RPM

154] इंजेक्शन मोल्डिंग स्क्रूच्या खोलीचा अर्थ काय आहे?
अ] वरच्यापृष्ठभागापासूनमूळपृष्ठभागापर्यंतलंबअंतर

B] स्क्रू धाग्यातील कोन

C] हे क्षैतिज अंतर आहे

D] रिकामी जागा

155] कोणता भाग इंजेक्शन दरम्यान सामग्रीचा मागील प्रवाह रोखतो?

अ] आराम मूल्य

ब] नपरतावामूल्य

C] प्रवाह नियंत्रण मूल्य

डी] मूल्य संरक्षित करा

156] खालीलपैकी कोणता भाग बॅरल आणि मोल्ड दरम्यान लीक प्रूफ कनेक्शन देतो?

अ] धावणारा

ब] गेट

क] स्प्रू

डी] नोझल

157] फ्लोटिंग प्लेटशी कोणता साचा संबंधित आहे?

अ] तीनप्लेटमोल्ड

ब] दोन प्लेट मोल्ड

C] धावणारा कमी साचा

D] विभाजित साचा

158] टाय बारचे कार्य काय आहे?

अ] प्लेटचळवळ

ब] वितळणे

C] उत्पादनाच्या आकारासाठी

ड] छाटणे

159] पट्ट्याला साच्यापासून उघड्यापर्यंत हलविण्याचे कार्य काय आहे?

अ] दिवसाचाप्रकाश

ब] सुरुवातीचा स्ट्रोक

C] साच्याची उंची

D] साचा संकोचन

160] पुढील शॉटच्या तयारीसाठी स्क्रूवर किती दबाव टाकला जातो याला काय म्हणतात?

A] इंजेक्शनचा दाब

ब] इजेक्शन प्रेशर

क] पाठीचादाब

D] हायड्रोलिक दाब

161] टॉर्पेडोचे कार्य काय आहे?

अ] मिसळणे

B] कॉम्प्रेशन रेशो वाढवा

क] जागातेवस्तुमानगुणोत्तरवाढवण्यासाठी

D] L/D गुणोत्तर

162] इंजेक्शन मोल्डिंग प्रक्रियेत टेपर नोजल उलट करण्यासाठी कोणती सामग्री वापरली जाते?

अ] पॉली कार्बोनेट

ब] पॉली प्रोपीलीन

C] पॉली इथिलीन

डी] नायलॉन

163] इंजेक्शन मोल्डिंग मशीनमध्ये शट ऑफ नोजलचे कार्य काय आहे?

अ] योग्य मिश्रण

ब] नियंत्रितलाळ

क] वितळणे

D] मोल्डिंग

164] मोल्ड रनरचे कार्य काय आहे?

अ] अडकलेली हवा बाहेर काढणे

B] साच्याच्या पोकळीत प्रवेश द्या

C] मोल्ड पार्टिंग लाइनची व्याख्या करा

डी] मोल्डगेट्ससाठीएकमार्गप्रदानकरा

165] इंजेक्शन मोल्डिंग मशीनमध्ये रेट करण्यासाठी कोणती सामग्री वापरली जाते?

अ] पॉली कार्बोनेट

ब] पॉलीस्टायरीन

C] पॉली प्रोपीलीन

डी] पॉली अमाइड

166] कोणता झोन सकारात्मक विस्थापन पंप म्हणून कार्य करतो?

अ] फीड झोन

ब] मीटरिंगझोन

C] कॉम्प्रेशन झोन

D] वितळण्याचा क्षेत्र

167] कोणती क्लॅम्पिंग प्रणाली निवडली जाते ज्याचा वेग नियंत्रित करणे आणि थांबवणे अधिक कठीण आहे?

अ] हायड्रॉलिक

ब] टॉगलकरा

सी] थेट

D] जॅक रॅम

168] इंजेक्शन मोल्डिंगमध्ये मायक्रोप्रोसेसर आधारित प्रोसेस कंट्रोलर्सचे फायदे काय आहेत?

अ] वेळकपातसेटकरा

B] जादा फ्लॅश

C] नियंत्रण करणे कठीण

D] कठीण प्रक्रिया

169] PLC मध्ये शिडी लॉजिक आकृतीचे प्रयोजन काय आहे?

अ] भाषेची शैली

ब] प्रतीकात्मकभाषा

C] डिजिटल भाषा

डी] ॲनालॉग भाषा

170] PLC वापरण्याची प्रक्रिया काय आहे?

A] फक्त प्रोग्राम केलेले

ब] प्रोग्रामकेलेलेआणिरीप्रोग्रामकेलेले

C] फक्त रीप्रोग्राम केलेले

D] हळूवार प्रोग्राम केलेले

171] देखरेखीसाठी अनुक्रम दृष्टीकोन काय आहे?

अ] समस्या-कारण-निदान-सुधारणा

ब] समस्या-निदान-कारण-सुधारणा

C] समस्या-मापन-निदान-सुधारणा

D] समस्या-निदान-माप-सुधारणा

172] प्रतिबंधात्मक देखभाल खर्च आणि ब्रेकडाउन देखभाल खर्च यांच्यातील तुलना काय आहे?

अ] पीएमची किंमत वाढवा आणि बीएमची किंमत वाढवा

ब] पीएमचीकिंमतवाढवाआणिबीएमचीकिंमतकमीकरा

क] तसेच राहा

D] PM खर्च कमी करा आणि BM खर्च वाढवा

173] ब्रेकडाउन मेंटेनन्स आणि प्रतिबंधात्मक देखभाल यांचा काय संबंध आहे?

अ] संयुक्त

ब] तडजोड

क] पूल

डी] भिन्न

174] हायड्रोलिक पॉवर युनिटमध्ये कोणती ऍक्सेसरी वापरली जाते?

अ] पंप

ब] झडपा

C] मोटर

डी] जलाशय

175] हायड्रॉलिक प्रणालीमध्ये वापरल्या जाणाऱ्या सकारात्मक विस्थापन पंपचे कार्य काय आहे?

अ] द्रवउच्चचिकटपणा

B] कमी कार्यक्षमता

C] आवश्यक प्रमाणात द्रवपदार्थ सोडला जाऊ शकत नाही

D] द्रव प्रवाह खूप कमी आहे

176] हायड्रोलिक प्रणालीला कोणत्या वैज्ञानिक व्याख्या लागू होतात?

अ] बर्नौलीचा कायदा

ब] पास्कलचाकायदा

C] बॉयलचा कायदा

D] द्रव प्रवाह

177] रिलीफ व्हॉल्व्हचे कार्य काय आहे?

अ] मुक्त प्रवाह

ब] कमालओळदाबनियंत्रितकरा

C] वेगाचे नियमन करण्यासाठी

D] दिशा नियंत्रित करा

178] कोणता घटक वापरला जाणारा हायड्रॉलिक सिस्टीम प्रवाह सुरू, थांबवणे आणि उलट करणे आहे?

अ] झडपा

ब] पंप

C] गाळणे आणि फिल्टर

D] फिल्टर

179] कॉम्प्रेशन माउंटिंगमध्ये प्रक्रिया करण्यासाठी आदर्श सामग्री कोणती आहे?

अ] प्लास्टीज

ब] थर्मोप्लास्टिक्स

क] थर्मोसेटिंगप्लास्टिक

D] गैर-फेमस साहित्य

180] कोणत्या प्लास्टिक मोल्डिंग प्रक्रियेसाठी उच्च दाब आवश्यक आहे?

अ] ब्लो मोल्डिंग प्रक्रिया

B] इंजेक्शन मोल्डिंग प्रक्रिया

क] <u>कॉम्प्रेशनमोल्डिंगप्रक्रिया</u>

डी] घुसखोरी फुंकण्याची प्रक्रिया

181] कॉम्प्रेशन मोल्डिंग प्रक्रियेसाठी काय आवश्यक आहे?

अ] उष्णता

B] दाब

क] <u>उष्णताआणिदाब</u>

D] हवा, उष्णता आणि दाब

182] कॉम्प्रेशन मोल्डिंग प्रक्रियेसाठी कोणते संयुग साहित्य वापरले जाते?

A] FRP

B] PVC

C] पॉलीप्रोपीलीन

डी] <u>फिनॉलफॉर्मल्डिहाइड</u>

183] कॉम्प्रेशन मोल्डिंग प्रक्रियेच्या निर्मितीमध्ये कोणती प्रक्रिया वापरली जाते?

अ] खुली प्रक्रिया

ब] बंद प्रक्रिया

क] <u>बॅचप्रक्रिया</u>

डी] सतत प्रक्रिया

184] हँड कॉम्प्रेशन मोल्डिंग मशीनमध्ये प्लेट्स दाबण्यासाठी काय व्यवस्था केली जाते?

अ] <u>टॉगललीव्हर</u>

B] हायड्रोलिक

C] रॅक आणि पिनियन

डी] गीअर्स

185] हँड कॉम्प्रेशन मोल्डिंग मशीनमध्ये कोणत्या आकाराचे घटक तयार केले जातात?

अ] <u>लहान</u>

ब] मोठा

क] सखोल

D] मोठा आणि सखोल

186] सेमी-ऑटोमॅटिक कॉम्प्रेशन मोल्डिंग मशीनमध्ये कोणत्या आकाराचे घटक तयार केले जातात?

अ] लहान

ब] मोठा

क] सखोल

डी] मोठेआणिसखोल

187] कॉम्प्रेशन मोल्डिंगमध्ये कोणत्या प्रकारचा साचा वापरला जातो?

अ] एक प्लेट मोल्ड

ब] दोनप्लेटमोल्ड

C] तीन प्लेटर मोल्ड

D] चार प्लेट मोल्ड

188] कॉम्प्रेशन मोल्डिंग प्रक्रियेत मोल्डिंगसाठी कोणत्या प्रकारच्या मोल्ड पोकळी कठीण असतात?

अ] लहान पोकळी साचा

B] एकल पोकळी साचा

क] बहुपोकळीसाचा

D] मोठ्या पोकळीचा साचा

189] उष्णता आणि दाबाने थर्मोसेट प्लॅस्टिकमध्ये रासायनिक क्रॉस लिंक्स कोणत्या प्रक्रियेत तयार होतात?

अ] बराकरणे

ब] स्वच्छता

C] गरम करणे

डी] पारिंग

190] कॉम्प्रेशन मोल्डिंगमध्ये कोणत्या प्रकारच्या मोल्डसाठी अचूक वजन असलेल्या चार्ज सामग्रीची आवश्यकता असते?

अ] फ्लॅश मोल्ड

ब] सकारात्मकमूस

क] लँडेड साचा

D] अर्ध-सकारात्मक साचा

191] जोडलेल्या उत्पादनातून फ्लॅश कसा काढला जातो?

अ] मोल्डिंग

ब] ट्रिमिंग

C] गरम करणे

डी] थंड करणे

192] जास्त घर्षणाने साचा उघडताना कोणता दोष निर्माण होतो?

अ] फ्लॅश मोल्ड

ब] मार्क्स

क] कटाखाली

D] डाय रेषा

193] कॉम्प्रेशन मोल्डिंग प्रक्रियेत शॉर्ट शॉट दोषांवर उपाय काय आहेत?

अ] चार्जवजनवाढवा

B] मोल्ड बंद होण्याचा वेग कमी करा

C] साचाचे तापमान वाढवा

ड] श्वास घेण्याची वेळ कमी करा

194] कॉम्प्रेशन मोल्डिंग मशीनसाठी वेळोवेळी काय आवश्यक आहे?

अ] थंड होणे

ब] गरम करणे

क] पाणी देणे

डी] ओव्हरहॉलिंग

195] भांड्याच्या तळाशी ठेवलेल्या भंगाराचे नाव काय आहे आणि ट्रान्सफर मोल्डमध्ये स्प्रू?

अ] कुल

ब] फ्लॅश

क] पट्ट्या

ड] पेक्स

196] ट्रान्सफर मोल्डिंग प्रक्रियेसाठी मोल्डमध्ये किती प्लेट्स असतात?

अ] एक प्लेट

ब] दोन प्लेट

क] तीनप्लेट्स

D] चार प्लेट

197] कॉम्प्रेशन मोल्डिंगमध्ये मोल्डमधून बाहेर पडणारा अतिरिक्त पदार्थ काय आहे?

अ] लार

ब] फ्लॅश

क] भंगार

D] फोड

198] कोणत्या प्लॅस्टिक सामग्रीमध्ये त्यांच्या आण्विक संरचनेत मजबूत क्रॉस लिंकिंग असते?

A] थर्मोप्लास्टिक सामग्री

ब] थर्मोसेटिंगसाहित्य

C] थर्मो सॉफ्टिंग मटेरियल

D] थर्मो स्टॅटिंग मटेरियल

199] 'ARALDITE' चे रासायनिक संमिश्र काय आहे?

अ] पीव्हीसी
ब] व्हिनिल्स
क] Epoxies
D] फिनोलिक्स
200] 'BAKELITE' चे रासायनिक संमिश्र काय आहे?
अ] पीव्हीसी
ब] फिनॉलिक्स
C] पॉलिस्टर
D] युरिया फॉर्मल्डिहाइड
201] 'Bectile' चे रासायनिक संमिश्र काय आहे?
अ] पीव्हीसी
ब] यूरियाफॉर्मलडिहाइड
C] सेल्युलोज एसीटेट
D] पॉलिस्टर
202] कंप्रेशन मोल्डिंग प्रक्रियेत मार्गदर्शक पिलर्सचा उद्देश काय आहे?
अ] आकार टिकवून ठेवण्यासाठी
ब] दबाव राखण्यासाठी
C] अंतर सुधारण्यासाठी
डी] संरेखनसुनिश्चितकरण्यासाठी
203] कोणती मोल्डिंग प्रक्रिया श्वासोच्छवासाशी संबंधित आहे?
अ] ट्रान्सफर मोल्डिंग
B] इंजेक्शन मोल्डिंग
क] कॉम्प्रेशनमोल्डिंग
डी] एक्सट्रूजन मोल्डिंग
204] उत्पादन प्लेट्सला चिकटत नसताना कोणती सामग्री वापरली जाते?
अ] नळ्या
ब] पत्रके
क] तेल
ड] पाणी
205] मोनोमर्स जोडण्याच्या कोणत्या प्रक्रियेमुळे प्लास्टिकची ताकद वाढते?
अ] रेखीय जोडणी
B] साखळी जोडणे
क] एकमेकांशीजोडणी
डी] विकृती

206] कॉम्प्रेशन मोल्डिंग मशीन निर्दिष्ट करण्यासाठी मुख्य निकष कोणता आहे?

अ] टनमध्येटनेजदाबा

ब] उत्पादनाचा दर

C] यंत्राचे क्षेत्रफळ

D] मशीनची किंमत

207] कॉम्प्रेशन मोल्डिंगमध्ये कच्चा माल प्रीहीट करण्याचा काय फायदा आहे?

अ] फ्लॅश वाढवा

ब] शक्ती कमी करा

C] प्रवाह कमी करा

डी] मोल्डिंगदाबकमीकरा

208] कॉम्प्रेशन मोल्डिंगमध्ये कच्चा माल प्रीहीट करण्याचा काय फायदा आहे?

अ] बरा होण्याची वेळ वाढवा

ब] सायकलवेळकमीकरा

C] शक्ती कमी करा

D] अंतर्गत ताण वाढवा

209] अपस्ट्रोक प्रेस कॉम्प्रेशन मोल्डिंग मशीनमध्ये प्लेट्सची हालचाल कशी होते?

अ] तळाचाप्लॅटनवरच्यादिशेनेसरकतो

B] टॉप प्लेटन वरच्या दिशेने सरकते

C] तळाचा पट्टा खालच्या दिशेने सरकतो

D] वरचा पट्टा खालच्या दिशेने सरकतो

210] डाउन स्ट्रोक प्रेस कॉम्प्रेशन मोल्डिंग मशीनमध्ये प्लेट्सची हालचाल कशी होते?

अ] तळाचा पट्टा वरच्या दिशेने सरकतो

B] टॉप प्लेटन वरच्या दिशेने सरकते

C] तळाचा पट्टा खालच्या दिशेने सरकतो

डी] शीर्षप्लेटखालच्यादिशेनेसरकते

211] कंप्रेशन मोल्डिंग दरम्यान मोल्ड्समधून बाहेर पडणाऱ्या वाष्पशील वायूंना काय म्हणतात?

अ] आकार देणे

ब] कुलिंग

क] श्वासघेणे

ड] चमकणे

212] कोणते उत्पादनासाठी पृष्ठभाग पूर्ण करण्यास सक्षम करते?

अ] कोरांची संख्या

ब] पोकळीची खोली

क] मोल्डचीपृष्ठभागाचीगुणवत्ता

D] प्लेटचा आकार

213] कॉम्प्रेशन मोल्डिंग प्रक्रियेत फोड तयार होण्याचे कारण काय आहे?

अ] अधिक बरा होण्याची वेळ

ब] श्वास घेण्यास अधिक वेळ

क] उच्चसाचातापमान

D] कमी साचा तापमान

214] कॉम्प्रेशन मोल्डच्या कच्च्या मालामध्ये ओलावा असल्यास कोणता दोष उद्भवतो?

अ] युद्धपृष्ठ

ब] फोडयेणे

C] जाड फ्लॅश

D] साचा चिकटविणे

215] कॉम्प्रेशन मोल्डिंग प्रक्रियेत संत्र्याच्या सालीच्या दोषावर काय उपाय आहेत?

अ] मोल्डतापमानकमीकरा

B] मऊ साहित्य वापरा

C] साचा जलद बंद करा

ड] श्वास घेण्याची वेळ कमी करा

216] कॉम्प्रेशन मोल्डिंगमध्ये उत्पादनाच्या पृष्ठभागाच्या "निस्तेज" चे कारण काय आहे?

अ] कमीसाचातापमान

B] पॉलिश मोल्ड

C] मोल्ड शोली बंद होत आहे

D] प्रीहीट तापमान वाढवा

217] बाहेर काढताना जर भाग साच्याला चिकटला तर काय होईल?

अ] फोड

ब] पट्ट्या

क] क्रॅकिंग

D] वेल्ड लाइन

218] साच्यातून चिकटलेला भाग सोडण्यासाठी जास्त शक्ती वापरल्यास काय होईल?

अ] फोड

ब] क्रॅकिंग

क] पट्ट्या

D] वेल्ड लाइन

219] कॉम्प्रेशन मोल्डिंगच्या उत्पादनामध्ये सच्छिद्रतेचे कारण काय आहे?

अ] <u>कमीदाब</u>

B] कमी मोल्डिंग तापमान

C] प्रीहेटेड मटेरियल

D] उच्च श्वासोच्छ्वासाची वेळ

220] कॉम्प्रेशन मोल्डिंग प्रक्रियेत भिंतीची जाडी वाढल्यास कोणता दोष दुरुस्त केला जाईल?

अ] जळण्याची खूण

B] वेल्ड लाइन

क] <u>संकोचन</u>

D] प्रवाह चिन्ह

221] किचकट आणि गुंतागुंतीचे भाग तयार करण्यासाठी कोणती प्रक्रिया वापरली जाते?

अ] इंजेक्शन मोल्डिंग

ब] <u>हस्तांतरणमोल्डिंग</u>

C] कॉम्प्रेशन मोल्डिंग

ड] ब्लो मोल्डिंग

222] ट्रान्सफॉर्म मोल्डिंग प्रक्रियेसाठी प्रीफॉर्मिंगचा उद्देश काय आहे?

अ] मोठे भाग तयार करणे

ब] रंगीत भाग तयार करणे

क] <u>मेटलइन्सर्टसहभागतयारकरणे</u>

ड] पोकळ भाग तयार करणे

223] कोणत्या मोल्डिंग प्रक्रियेमध्ये स्प्रू, रनर आणि गेट यांचा समावेश होतो?

A] स्वयंचलित कॉम्प्रेशन मोल्डिंग

ब] <u>हस्तांतरणमोल्डिंग</u>

C] हँड कॉम्प्रेशन मोल्डिंग

D] रोटेशनल मोल्डिंग

224] ज्या प्रक्रियेत पदार्थ एका चेंबरमध्ये प्रीहिट केले जातात आणि उष्णता आणि दाब वापरून दुसऱ्या चेंबरमध्ये तयार केले जातात त्या प्रक्रियेला काय म्हणतात?

अ] कॉम्प्रेशन मोल्ड

ब] <u>हस्तांतरणमूस</u>

C] घूर्णन साचा

ड] हात घालणे

225] सेमी-ऑटोमॅटिक कॉम्प्रेशन मोल्डिंग प्रक्रियेत कोणती ऑपरेशन्स मॅन्युअली केली जातात? अ] प्लेटनची हालचाल

B] साचा दाबा

C] उत्पादन बरा करणे

डी] लोडिंग, अनलोडिंगआणिक्लीनिंग

226] सेमी-ऑटोमॅटिक मोल्डिंग मशीनमध्ये प्लेट्स दाबण्यासाठी कोणती व्यवस्था केली जाते?

अ] गियर्स

ब] हायड्रॉलिक

C] टॉगल लीव्हर

D] रॅक आणि पिनियन

227] कोणत्या प्रक्रियेमुळे रेझिन आणि फायबर दोन्ही एकाच वेळी साच्यात पसरतात?

अ] हात लावणे

ब] फवारणीकरा

C] व्हॅक्यूम बॅग

D] प्रेशर बॅग

228] लहान आणि मोठ्या प्रबलित पॉलिस्टर उत्पादनासाठी कोणती प्रक्रिया वापरली जाते? अ] हातघालणे

ब] फवारणी करा

C] व्हॅक्यूम बॅग

D] प्रेशर बॅग

229] मर्यादित उत्पादन आणि गुंतागुंतीचे घटक बनवण्यासाठी कोणती प्रक्रिया योग्य आहे?

अ] व्हॅक्यूमबॅगमोल्डिंग

ब] हात घालणे

क] फवारणी करावी

D] प्रेशर बॅग

230] कोणती प्रक्रिया व्हॅक्यूम आणि प्रेशर बॅग मोल्डिंगचे संयोजन आहे?

अ] स्वयं-क्लेव्ह

B] प्रेशर बॅग

C] व्हॅक्यूम बॅग

ड] हात घालणे

231] FRP मध्ये कोणत्या प्रकारचे फायबर मोठ्या प्रमाणावर वापरले जाते?

अ] एस्बेस्टोस फायबर

ब] सिरॅमिक फायबर

C] केळीचे फायबर

डी] <u>ग्लासफायबर</u>

232] FRP मध्ये क्युरिंगचा दर वाढवण्यासाठी कोणत्या प्रकारची सामग्री वापरली जाते?

अ] वंगण

B] उत्प्रेरक

C] अवरोधक

डी] <u>प्रवेगक</u>

233] फोडांसाठी कोणते पदार्थ सामान्य आहेत?

अ] <u>ग्रेफाइट, सिलिकॉनकार्बाइड</u>

B] काच, बोरॉन

C] स्टील, टंगस्टन

D] पॉलिमर, सिरॅमिक्स

234] 'FRP' चा विस्तार म्हणजे काय?

अ] <u>फायबरप्रबलितप्लास्टिक</u>

B] फायबर प्रबलित पॅनेल

C] फायबरग्लास प्रबलित पटल

D] फायबरग्लास प्रबलित प्लायवुड

235] फायबर ग्लास म्हणजे काय?

अ] ग्लास प्रबलित इपॉक्सी

B] सिरेमिक प्रबलित पॉलिस्टर

क] <u>ग्लासप्रबलितपॉलिस्टर</u>

D] मेलामाइन प्रबलित पॉलिस्टर

236] सतत लांबी आणि सतत क्रॉस-सेक्शनल आकार असलेल्या घटकांच्या निर्मितीच्या प्रक्रियेचे नाव काय आहे?

अ] फिरणे

ब] <u>पल्ट्रुशन</u>

क] बरा करणे

D] ओढणे

237] FRP मध्ये मजबुतीकरणासाठी कोणत्या प्रकारच्या काचेला प्राधान्य दिले जाते?

अ] अ-काच

ब] सी-ग्लास

क] <u>ई-काच</u>

डी] आर-काच

238] खालीलपैकी कोणते साहित्य व्हिस्कर्ससाठी सामान्य आहे?

अ] <u>ग्रेफाइट, सिलिकॉनकार्बाइड</u>

B] काच, बोरॉन

C] स्टील, टंगस्टन

D] पॉलिमर, सिरॅमिक्स

239] कोणत्या प्रक्रिया तंत्रात जेल कोट वापरला जातो?

अ] इंजेक्शन मोल्डिंग

B] कॉम्प्रेशन मोल्डिंग

C] एक्सट्रूजन मोल्डिंग

डी] <u>हातघालणे</u>

240] FRP लेख तयार करण्यासाठी कोणती प्रक्रिया वापरली जाते?

अ] इंजेक्शन मोल्डिंग

ब] ब्लो मोल्डिंग

क] <u>हातघालणे</u>

D] ट्रान्सफर मोल्डिंग

241] हँड ले-अप प्रक्रियेत एफआरपी उत्पादनाच्या उत्कृष्ट फिनिशिंगसाठी कोणते राळ वापरले जाते?

अ] लॅमिनेट

ब] चटईचा थर

क] <u>जेलकोट</u>

ड] पातळ

242] कोणत्या FRP प्रक्रियेसाठी कमी भांडवली गुंतवणूक आवश्यक आहे?

अ] <u>हातघालणे</u>

ब] पल्ट्रयूजन

C] हॉट प्रेस मोल्डिंग

D] फिलामेंट वळण

243] हँड ले-अप एफआरपी प्रक्रिया तंत्राशी काय संबंधित आहे?

अ] <u>जेलकोट</u>

ब] पल्ट्रयूजन

क] लॅमिनेशन

ड] स्प्रे-अप

244] कोणत्या FRP रेझिनची किंमत सर्वात कमी आहे?

अ] <u>पॉलिस्टर</u>

ब] विनाइल एस्टर
C] पॉली युरेथेन
डी] इपॉक्सी
245] मोठ्या व्यासाचे पाईप बनवण्यासाठी कोणते FRP प्रक्रिया तंत्र आहे?
अ] हात घालणे
ब] स्प्रे-अप
क] पल्ट्र्यूजन
डी] <u>फिलामेंटवळण</u>
246] रीइन्फोर्सिंग राळ कोणत्या प्रक्रियेत शोषले गेले?
अ] पल्ट्रुशन
ब] फिलामेंट वळण
क] <u>व्हॅक्यूमओतणे</u>
D] राळ हस्तांतरण मोल्डिंग
247] कोणती FRP प्रक्रिया गन ऑन मोल्डद्वारे उत्तेजित रेझिन फीड करते?
अ] हात घालणे
ब] <u>स्प्रे-अप</u>
C] फिलामेंट वळण
ड] पल्ट्र्यूशन
248] FRP मोल्ड बनवण्यासाठी कोणते साहित्य वापरले जाते?
अ] पोलाद
ब] ॲल्युमिनियम
क] काँक्रीट
डी] <u>जीआरपी</u>
249] कोणत्या प्रक्रियेत स्टील मोल्ड वापरतात?
अ] हात घालणे
ब] <u>हॉटप्रेसमोल्डिंग</u>
C] व्हॅक्यूम बॅग मोल्डिंग
D] ऑटोक्लेव्ह मोल्डिंग
250] खालीलपैकी कोणती प्रक्रिया इपॉक्सी मोल्ड बनवते?
अ] <u>कास्टिंग</u>
ब] मशीनिंग
C] हॉट प्रेस मोल्डिंग
डी] इंजेक्शन मोल्डिंग
251] मोठ्या वस्तूंच्या निर्मितीसाठी कोणती प्रक्रिया अवलंबली जाते?

अ] सतत पॅरिसन ब्लो मोल्डिंग

ब] मधूनमधूनपॅरिसनब्लोमोल्डिंग

C] स्ट्रेच ब्लो मोल्डिंग

D] विस्तार पॅरिजन ब्लो मोल्डिंग

252] ब्लो मोल्डिंग मशिनमध्ये कोणत्या दर्जाचे साहित्य वापरले जाते?

अ] उत्सर्जन ग्रेड

B] इंजेक्शन ग्रेड

क] ब्लोग्रेड

D] फिल्म ग्रेड

253] ब्लो मोल्डिंग प्रक्रियेत साचा बंद करण्यासाठी कोणत्या प्रकारची ऊर्जा वापरली जाते?

अ] वायवीयऊर्जा

B] हायड्रोलिक ऊर्जा

C] संभाव्य ऊर्जा

D] गतिज ऊर्जा

254] ब्लो मोल्डिंग प्रक्रियेत मऊ प्लास्टिक फुगवण्यासाठी कोणते माध्यम वापरले जाते?

अ] हवा

ब] पाणी

क] तेल

डी] मीठ द्रावण

255] इंजेक्शन मोल्डिंगशी तुलना करताना खालील मोल्डिंगमध्ये प्लास्टिकच्या सामग्रीवर किती दबाव टाकला जातो?

अ] समान

ब] पेक्षा मोठे

क] च्यापेक्षाकमी

D] च्या समान नाही

256] ब्लो मोल्डिंग प्रक्रियेसाठी मटेरियलच्या MFI चे श्रेयस्कर मूल्य काय आहे?

अ] ५ ते १०

ब] ०.५ ते ५

C] 10 ते 15

D] 15 ते 30

257] लहान कंटेनरच्या उत्पादनासाठी कोणत्या प्रकारची साची प्रक्रिया वापरली जाते?

अ] इंजेक्शनब्लोमोल्डिंग

ब] स्ट्रेच ब्लो मोल्डिंग

C] सतत झटका मोल्डिंग

D] सिंगल स्टेज ब्लो मोल्डिंग

258] खनिज पाण्याची बाटली तयार करण्यासाठी कोणत्या प्रकारचे पॉली मटेरियल वापरले जाते?

A] PBT

ब] पीईटी

C] PMMA

डी] नायलॉन

259] शीतपेयाच्या बाटल्या तयार करण्यासाठी कोणत्या प्रकारची प्रक्रिया वापरली जाते?

अ] एक्सट्रूजन ब्लो मोल्डिंग

B] इंजेक्शन ब्लो मोल्डिंग

क] स्ट्रेचब्लोमोल्डिंग

D] सतत ब्लो मोल्डिंग

260] प्रीफॉर्मसह कोणत्या प्रकारची मोल्डिंग प्रक्रिया वापरली जाते?

ए] इंजेक्शन ब्लो मोल्डिंग

ब] स्ट्रेचब्लोमोल्डिंग

C] एक्स्ट्रुजन ब्लो मोल्डिंग

D] सतत ब्लो मोल्डिंग

261] कोणत्या प्रकारच्या मोल्डिंग प्रक्रियेचा वापर गळ्यातील उत्पादनासह केला जातो?

A] इंजेक्शन मोल्डिंग प्रक्रिया

B] कॉम्प्रेशन मोल्डिंग प्रक्रिया

क] ब्लोमोल्डिंगप्रक्रिया

डी] एक्सट्रूजन मोल्डिंग प्रक्रिया

262] ब्लो मोल्डिंग प्रक्रियेद्वारे कोणत्या प्रकारचे उत्पादन तयार केले जाते?

अ] घन पिन

ब] झुडूप

क] बाटली

डी] पाईप

263] डाय-हेडवरून ब्लो मोल्डेड आर्टिकल कापण्यासाठी कोणते माध्यम आहे?

अ] हवा

ब] तेल

C] पाणी

D] उपाय

264] ब्लो द पॅरिसन इन हॅन्ड ब्लो मोल्डिंग मशीनसाठी कोणते माध्यम वापरले जाते?

अ] पाणी

ब] हवा

C] वायू

डी] तेल

265] ब्लो मोल्डिंग मशिनमध्ये स्क्रू स्पीडचे युनिट काय आहे?

A] RPS

ब] RPM (क्रांतीप्रतिमिनिट)

C] RPH

D] RPKM

266] पोकळ उत्पादने तयार करण्यासाठी कोणती मोल्डिंग प्रक्रिया वापरली जाते?

अ] ब्लोमोल्डिंग

ब] एक्सट्रूजन मोल्डिंग

C] कॉम्प्रेशन मोल्डिंग

डी] इंजेक्शन मोल्डिंग

267] ब्लो मोल्डिंग प्रक्रियेत कोणत्या प्रकारचे प्लास्टिक वापरले जाते?

अ] थेरेफ्थालेट

B] फिनॉल फॉर्मलहाइड

क] पॉलीइथलीन

D] युरिया फॉर्मल्डिहाइड

268] दोन मोल्ड हाफ मध्ये असलेल्या रेषेचे नाव काय आहे?

अ] विभाजनओळ

B] मध्य रेषा

C] जुळणारी रेषा

D] अनुलंब रेषा

269] पॅरिसनला आकार देण्यासाठी कोणता भाग वापरला जातो?

अ] मरणे

ब] साचा

क] पंच

ड] कप

270] ब्लो मोल्ड्स बनवण्यासाठी कोणते साहित्य वापरले जाते?

अ] सौम्य पोलाद

ब] ॲल्युमिनियम

C] स्टेनलेस स्टेल

D] उच्च कार्बन स्टेल

271] मोल्डिंग प्रक्रियेचा कोणता भाग प्लास्टिकच्या वितळण्याचे पॅरिसनमध्ये रूपांतरित करतो?

अ] हॉपर

ब] विधानसभामरतात

C] ब्लो पिन

ड] नोझल

272] उत्पादनाच्या पृष्ठभागावर विभाजन रेषा तयार होण्याचे कारण कोणते?

अ] कमीमोल्डबंददबाव

B] उच्च साचा बंद होण्याचा दाब

C] उच्च स्क्रू गती

D] डाय सेंटरिंग योग्य नाही

273] प्लास्टिकचे पोकळ भाग तयार करण्याची प्रक्रिया कोणती आहे?

अ] एक्सट्रुजन मोल्डिंग

B] इंजेक्शन मोल्डिंग

क] ब्लोमोल्डिंग

डी] कॉम्प्रेशन मोल्डिंग

274] सतत ब्लो मोल्डिंग प्रक्रिया कोणती आहे?

ए] इंजेक्शन ब्लो मोल्डिंग

ब] स्ट्रेच ब्लो मोल्डिंग

क] एक्सट्रूजनब्लोमोल्डिंग

D] स्टँड ब्लो मोल्डिंग

275] कोणत्या प्रक्रियेसाठी ट्रिमिंग आवश्यक आहे?

अ] स्ट्रेच ब्लो मोल्डिंग

B] इंजेक्शन मोल्डिंग

क] एक्सट्रूजनब्लोमोल्डिंग

D] फिल्म एक्सट्रूझन

276] ब्लो मोल्डिंग मशीन कसे तयार केले जाते?

अ] फक्त अतिरिक्त करणारा

ब] फक्त वाहणारे युनिट

क] शिट्टीयुनिटसहएक्स्ट्राडर

D] पाण्याच्या आंघोळीसह एक्स्ट्राडर

277] ब्लो मोल्डिंगमध्ये कोणते राळ वापरले जाते?

A] PVCs

B] पॉलिमर

C] थर्मोसेट्स

डी] <u>थर्मोप्लास्टिक्स</u>

278] मोल्डमध्ये काय फुंकले जाते, पॅरीसन ब्लो मोल्डिंगमध्ये क्लॅम्प केले जाते?

अ] <u>हवा</u>

ब] द्रव

क] घन

ड] वाफ

279] हँड ब्लो मोल्डिंगमध्ये बाटलीचा आकार मिळविण्यासाठी कोणता वापर केला जातो?

अ] तेल

ब] पाणी

क] <u>जबरीहवा</u>

डी] पॅरिसन

280] हँड ब्लो मोल्डिंगमध्ये स्टॅबिलायझरद्वारे काय नियंत्रित केले जाते?

अ] <u>विद्युतदाब</u>

ब] वर्तमान

क] मोठेपणा

ड] शक्ती

281] हँड ब्लो मोल्डिंगमध्ये कोणत्या प्रकारचे प्लास्टिक वापरले जाते?

A] फिनॉल फॉर्मल्डिहाइड

ब] <u>पॉलिथिलीन</u>

C] इपॉक्सी

D] पॉलिस्टर राळ

282] हँड ब्लो मोल्डिंग प्रक्रियेसाठी मोल्ड तयार करण्यासाठी ॲल्युमिनियम का निवडले जाते?

अ] <u>हेचांगलेउष्णतावाहकआहे</u>

B] सर्वात जड साहित्य

क] यंत्रास कठीण

D] हाताळणे कठीण आहे

283] कोणत्या ब्लो मोल्डिंग मशीनसाठी कमी गुंतवणूक आवश्यक आहे?

अ] <u>हँडब्लोमोल्डिंग</u>

B] इंजेक्शन ब्लो मोल्डिंग

C] एक्स्ट्रुजन ब्लो मोल्डिंग

D] स्टँड ब्लो मोल्डिंग

284] अरुंद गळ्यातील पोकळ कंटेनर तयार करण्यासाठी कोणती प्रक्रिया योग्य आहे?

अ] ट्रान्सफर मोल्डिंग

ब] ब्लोमोल्डिंग

C] इंजेक्शन मोल्डिंग

डी] कॉम्प्रेशन मोल्डिंग

285] हँड ब्लो मोल्डिंग मशीनमध्ये मोल्ड बनवण्यासाठी कोणते साहित्य योग्य आहे?

अ] पोलाद

ब] राखाडी कास्ट आयर्न

क] ॲल्युमिनियम

D] पांढरे कास्ट आयर्न

286] ब्लो मोल्डिंग पद्धतीने स्क्रू कोणता फिरवत आहे?

अ] मोटार

ब] प्लंगर

C] हायड्रोलिक सिलेंडर

D] वायवीय प्रणाली

287] ब्लो मोल्डिंग मशिनमधील एक्सट्रुडेनमध्ये कोणत्या भागाने सामग्री दिली?

अ] स्क्रू

ब] हॉपर

C] सिलेंडर

ड] नोझल

288] पॅरिझन बाहेर कोणता फुंकतो?

अ] कमी दाबाचा दाब

ब] उच्चदाबाचादाब

C] उच्च आवाज

ड] कमी बल

289] ब्लो मोल्डिंग मशिनचा कोणता भाग राळ गरम करून मिसळतो?

अ] बंदुकीचीनळी

ब] मांडवेल

क] हॉपर

ड] साचा

290] ऑटो ब्लो मोल्डिंग मशीनमध्ये स्ट्रिपर्सचे कार्य काय आहे?

अ] हवाबाहेरकाढणे

ब] वायु परिसंचरण

C] गरम करणे

डी] थंड करणे

291] ब्लो मोल्डिंगमध्ये सामग्रीची वितळलेली चिकटपणा कोणती राखते?

अ] तापमान

ब] एकाग्रता

C] दाब

डी] थंड करणे

292] कोणता भाग वितळलेल्या प्लास्टिकचे नळीच्या आकारात रूपांतर करतो?

अ] हॉपर

ब] बॅरल

क] मरतात

ड] साचा

293] वायवीय साधनांना कोणती शक्ती देते?

अ] हवा

ब] तेल

क] पाणी

डी] पेट्रोल

294] ब्लो मोल्डिंग मशिनमध्ये फुंकण्यासाठी कोणते उपकरण उच्च दाबाची हवा पुरवते?

अ] पंप

ब] ब्लोअर

क] कंप्रेसर

डी] डिफ्यूझर

295] ब्लो मोल्डिंग सायकलमध्ये ग्रॅन्युलर मोल्डिंग मटेरियल कोठे लोड केले जाते?

अ] बॅरल

ब] हॉपर

C] डाय युनिट

ड] साचा

296] ऑटो ब्लो मोल्डिंग सायकलमधील स्क्रूच्या मीटरिंग झोनचे दुसरे नाव काय आहे?

अ] फीड झोन

ब] मिक्सिंगझोन

C] संक्रमण क्षेत्र

डी] हीटिंग झोन

297] ब्लो मोल्डमध्ये किती भाग असतात ?

अ] एक नर अर्धा भाग

ब] दोनमादीअर्धे

C] एक नर आणि मादी अर्धा भाग

D] दोन नर भाग

125] R आणि C असलेल्या AC मालिकेतील सर्किटमध्ये कॅपेसिटरमधून वाहणारा विद्युतप्रवाह असेल...

अ] व्होल्टेज मागे पडणे

ब] व्होल्टेजअग्रगण्य

सी] व्होल्टेजसह टप्प्यात

D] वरीलपैकी काहीही नाही

126] आरसी सिरीज सर्किटमध्ये पुरवठ्याची वारंवारता वाढल्यास कॅपेसिटिव्ह रिऍक्टन्स असेल

अ] कमीकेले

ब] वाढले

क] कोणताही परिणाम होत नाही

D] वरीलपैकी काहीही नाही

127] पॉवर कंपन्यांना पॉवर फॅक्टरमध्ये सुधारणा करण्यात रस आहे

अ] रेषाप्रवाहकमीकरा

ब] मोटर कार्यक्षमता वाढवा

C] व्होल्ट-अँपिअर वाढवा

ड] शक्ती कमी करणे

133] RL समांतर सर्किटमध्ये, एकूण विद्युत् प्रवाहाच्या विरोधाला...

अ] प्रतिक्रिया

ब] प्रतिकार

C] सदिश बेरीज

ड] प्रतिबाधा

134] AC समांतर RL सर्किटमध्ये, पॉवर येथे विसर्जित होते

अ] प्रतिबाधा

ब] प्रतिकार

क] अधिष्ठाता

ड] कॅपेसिटन्स

135] कार्बन झिंक सेलचे नाममात्र आउटपुट व्होल्टेज किती आहे?

A] 12V

ब] 1.5V
C] 2.0V
D] 2.2V
136] सेल या मालिकेत जोडलेले आहेत..
अ] आउटपुटव्होल्टेजवाढवा
B] आउटपुट व्होल्टेज कमी करते
C] अंतर्गत प्रतिकार कमी करा
ड] वर्तमान क्षमता वाढवा
146] सामान्य औद्योगिक पुरवठा प्रणालीतील टप्प्यांची संख्या किती आहे?
अ] एक
ब] तीन
क] चार
ड] दोन
147] 3 फेज स्टार कनेक्ट अल्टरनेटरमध्ये, कॉइलमध्ये फेज फरक असतो ...
अ] 120◦
ब] 240◦
क] 60◦
ड] 360◦
148] डेल्टा कनेक्शन खालीलपैकी कोणतेही वापरले जात नाही
अ] ट्रान्समिशन लाइन ट्रान्सफॉर्मरचे प्राथमिक
ब] अल्टरनेटर विंडिंग
C] वितरण ट्रान्सफॉर्मरचे दुय्यम
डी] वितरणट्रान्सफॉर्मरचेप्राथमिक
149] 3-फेज असंतुलित भार प्रणालीमध्ये शक्ती मोजण्यासाठी कोणती पद्धत वापरली जाऊ शकते?
अ] एक वॅटमीटर पद्धत
ब]टोवॅटमीटरपद्धत
क] तीन वॅटमीटर पद्धत
ड] तीन ammeter पद्धत
150] 3-फेज, 3 वायर सिस्टममध्ये 3-हॅस पॉवर मोजण्यासाठी दोन वॅटमीटर वापरले जाऊ शकतात ...
अ] संतुलित भार
ब] असंतुलित भार
C] संतुलिततसेचअसंतुलितभार

ड] संतुलित भार बाहेर

298] ब्लो मोल्डिंग कसे तयार केले जाते?

अ] सिंगल प्लेट

ब] <u>दोनप्लेट</u>

C] तीन प्लेट

D] चार प्लेट

299] कोणते युनिट ब्लो मोल्डिंग मशीनमध्ये पॅरिसनचा आकार देते?

अ] <u>डाययुनिट</u>

ब] स्क्रू युनिट

C] फीडिंग युनिट

D] क्लॅम्पिंग युनिट

300] मोल्ड प्लेटर बांधण्यासाठी कोणती प्लेट मोल्डमध्ये बसवली जाते?

अ] बाजूची प्लेट

ब] <u>क्लॅम्पिंगप्लेट</u>

C] बॅकिंग प्लेट

D] मार्गदर्शक प्लेट

301] ब्लो मोल्डिंगमध्ये डायचा कोणता भाग आहे?

अ] <u>मंद्रेल</u>

B] साचा

क] धावपटू

D] गेट

302] आपण कोणती प्रक्रिया डाय आणि मोल्ड दोन्ही वापरतो?

अ] <u>ब्लोमोल्डिंग</u>

B] इंजेक्शन मोल्डिंग

C] रोटेशनल मोल्डिंग

D] FRP

303] ब्लो मोल्डिंग मशीनची प्रतिबंधात्मक देखभाल म्हणून आधी काय केले पाहिजे?

अ] <u>विद्युतपुरवठाखंडित</u>

ब] हवा पुरवठा

C] पाणी पुरवठा

D] पुरवठा साहित्य

304] ब्लो मोल्डिंग मशीनच्या वायवीय प्रणालीमध्ये कोणता भाग वेळोवेळी साफ केला जातो?

अ] <u>FRL युनिट</u>

B] साचा
क] स्क्रू
डी] पॅरिसन
305] दर 8 तासांनी ब्लो मोल्डिंग मशीनच्या देखभालीसाठी कोणते काम केले जाते?
अ] स्वच्छताआणिस्नेहन
B] एअर होसेस बदला
C] पाण्याच्या नळी बदला
डी] विद्युतीकृत कॉन्टॅक्टर्स बदला
306] हँड ब्लो मोल्डिंग प्रक्रियेद्वारे कोणत्या प्रकारचे उत्पादन मिळू शकते?
अ] बुश
ब] पाईप
क] बाटली
D] घन पिन
307] कोणत्या ब्लो मोल्डिंग प्रक्रियेत साहित्याचा अपव्यय अधिक होतो?
अ] हँडब्लोमोल्डिंग
ब] ऑटो ब्लो मोल्डिंग
C] PLC ब्लो मोल्डिंग
D] मायक्रोप्रोसेसर ब्लो मोल्डिंग
308] हँड ब्लो मोल्डिंगमध्ये द्रव प्लास्टिकला मोल्डमध्ये कसे भाग पाडले जाते?
अ] एकाग्रतेने
B] तापमानानुसार
क] दबावाने
डी] निर्वात करून
309] कोणत्या ब्लो मोल्डिंग प्रक्रियेत साधे तंत्रज्ञान आहे?
अ] हँडब्लोमोल्डिंग
ब] ऑटो ब्लो मोल्डिंग
C] PLC ब्लो मोल्डिंग
D] मायक्रोप्रोसेसर ब्लो मोल्डिंग
310] ब्लो मोल्डिंगमध्ये मऊ प्लास्टिक फुगवण्यासाठी कोणते माध्यम वापरले जाते?
अ] हवा
ब] पाणी
क] तेल
D] दारू

311] ब्लो मोल्डिंगमध्ये मोल्डसह काम करताना कोणते परिधान करण्यास मान्यता दिली जाते?

अ] <u>थर्मलहातमोजे</u>

ब] शूज

क] गॉगल

ड] बाही

312] ब्लो मोल्डिंग प्रक्रियेच्या चक्रात केव्हा काळजी घ्यावी?

अ] साचा उघडणे

B] साचा बंद करणे

क] <u>मोल्डउघडणेआणिमोल्डबंदकरणे</u>

D] पॅकेजिंग

313] धोके टाळण्यासाठी कोणते वापरतात?

अ] <u>सेन्सर्स</u>

ब] तार

C] केबल्स

ड] रॉड्स

314] ब्लो मोल्डिंग सायकलमध्ये प्रथम कोणते केले जाते ?

अ] थंड करणे

ब] फुंकणे

क] <u>पॅरिसन</u>

D] साचा बंद करणे

315] वस्तू तयार करण्यासाठी कोणत्या मशीनची प्रक्रिया काही काळ थांबवली जाते?

अ] <u>अधूनमधूनब्लोमोल्डिंग</u>

ब] सतत ब्लो मोल्डिंग

C] स्ट्रेच ब्लो मोल्डिंग

डी] अधून मधून झटका मोल्डिंग

316] सतत ब्लो मोल्डिंग प्रक्रियेत पोकळ उत्पादने तयार करण्यासाठी किती स्टेशन आवश्यक आहेत?

अ] <u>2</u>

ब] ३

क] ४

ड] १

317] उष्णता स्थिर सामग्रीसाठी कोणत्या प्रकारचे डाय वापरले जाते?

अ] क्रॉस हेड मरणे

ब] फॉरपेडो डोके मरतात

क] पिनडोकेमरतात

ड] कोलपसिबल डोके मरणे

318] मोल्डिंग प्रक्रियेचा कोणता भाग पॅरिसनचा व्यास आणि भिंत-जाडी निर्धारित करतो?

अ] मोल्टर प्लास्टिक

B] साचा पोकळी

क] अंतरमरणे

ड] ब्लो पिन

319] ब्लो मोल्डिंग प्रक्रियेत डायचा अंतर्गत पृष्ठभाग खडबडीत असताना कोणत्या प्रकारचे दोष उद्भवतात?

अ] कंटाळवाणालेखपृष्ठभाग

B] लेखातील छिद्र

क] बेंड पॅरिसन

D] लेखातील बुडबुडे

320] पदार्थातील आर्द्रतेमुळे कोणता दोष उद्भवतो?

अ] बुडबुडे

B] कंटाळवाणा लेख पृष्ठभाग

C] पार्टिंग लाइन

D] बेंड पार्सन

321] ब्लो मोल्डिंग प्रक्रियेत बेंड पॅरिसनचे कारण काय आहे?

अ] अयोग्यडाईसेंटरिंग

ब] खराब झालेले मँडरेल

C] उच्च तापमान

D] कमी वितळलेले तापमान

322] मोल्डिंग प्रक्रियेतील कोणत्या दोषांमुळे डायलाइन फॉल्ट होतो?

अ] कमी वितळणारे तापमान

ब] उच्च वितळणारे तापमान

क] खराबझालेलेमरणेकिंवा mandrel

D] उच्च साचा बंद होण्याचा दाब

323] त्याच्या सामान्य संकेंद्रित ट्यूबुलर आकारातून कोणता बदल केला जाऊ शकतो?

अ] बॅरल

ब] नोझल

क] पॅरिसन

ड] स्प्रू

324] कोणत्या प्रक्रियेने मोल्ड केलेले पॅरिसन पुन्हा गरम केले जातात?

अ] स्ट्रेचब्लोमोल्डिंग

B] इंजेक्शन ब्लो मोल्डिंग

C] एक्स्ट्रुजन ब्लो मोल्डिंग

डी] एन्ड्रुजन ब्लो मोल्डिंग

325] ब्लो मोल्डिंगमध्ये कोणते निर्मिती तंत्र वापरले जाते?

A] इंजेक्शन तयार करणे

ब] व्हॅक्यूम थर्मो फॉर्मिंग

क] प्रेशरथर्मोतयारकरणे

ड] ब्लो मोल्डिंग

326] प्लास्टिकच्या बाटल्या तयार करण्यासाठी कोणत्या प्रक्रियेला प्राधान्य दिले जाते?

अ] ब्लोमोल्डिंग

ब] डाई कास्टिंग

C] अणुकरण

डी] इंजेक्शन मोल्डिंग

327] कोणत्या मोल्डिंग प्रक्रियेमुळे भिंतीची अचूक जाडी मिळते?

अ] इंजेक्शनब्लोमोल्डिंग

ब] स्ट्रेच ब्लो मोल्डिंग

C] एक्स्ट्रुजन ब्लो मोल्डिंग

ड] ब्लो मोल्डिंग

328] ब्लो मोल्डिंगमध्ये पॅरिसन तयार करण्यासाठी संचयक प्रणालीचे कार्य काय आहे?

अ] खूप लहान

ब] खुपमोठे

क] जाड

ड] ट्रिमर

329] हँड ब्लो मोल्डिंगमध्ये साच्यातून अडकलेली हवा कशी काढली जाते?

अ] गेटिंग

ब] प्री हीटिंग

क] वेंटिंग

डी] थंड करणे

330] ऑटो ब्लो मोल्डिंगमध्ये डाय आणि क्रॉस हेड असेंबलीद्वारे कोणते बाहेर काढले जाते?

अ] वितळणे

ब] काढा

क] प्रवाह

डी] पॅरिसन

331] ब्लो मोल्डिंगमध्ये स्क्रूच्या लांबी आणि स्क्रूच्या व्यासाचे गुणोत्तर किती आहे?

अ] स्क्रूएलडीगुणोत्तर

B] स्क्रू रोटेशन रेशो

C] स्क्रू कॉम्प्रेशन रेशो

D] स्क्रू व्यासाचे प्रमाण

332] ब्लो मोल्डिंगमध्ये प्लॅस्टिकच्या मटेरिअलवर इंजेक्शन मोल्डिंगची तुलना कशी केली जाते?

अ] समान

ब] मोठे

क] कमी

D] समान किंवा मोठे नाही

333] मोठ्या टाक्या आणि ड्रम बनवण्यासाठी कोणत्या प्रकारचे ब्लो मोल्डिंग मशीन वापरले जाते?

अ] सतत पॅरिसन ब्लो मोल्डिंग

ब] मधूनमधून पॅरिसन ब्लो मोल्डिंग

C] इंजेक्शन ब्लो मोल्डिंग

डी] इंजेक्शनस्ट्रेचब्लोमोल्डिंग

334] थर्मो कपल्सचे कार्य काय आहे?

अ] प्रतिकार मोजण्यासाठी

B] प्रवाह मोजण्यासाठी

क] तापमानमोजण्यासाठी

D] व्होल्टेज मोजण्यासाठी

335] ब्लो मोल्डिंगमध्ये पॅरिसनचे उत्पादनात रूपांतर करण्यासाठी काय वापरले जाते?

अ] पाणी

ब] हवा

क] स्क्रू

डी] क्रॉस हेड

336] ब्लो मोल्डिंग प्रक्रियेत हवेचा किमान दाब किती असतो?

A] 300kpa

ब] 400kpa

C] 500kpa

D] 600kpa

337] साच्यात हवा न सोडल्यास कोणता दोष निर्माण होतो?

अ] फवारणीच्या खुणा

ब] <u>जळण्याच्याखुणा</u>

क] जेटिंग

डी] फ्लॅश

338] खाली दिलेल्या ब्लो मोल्डिंगमधील प्रक्रिया चक्र काय आहे? 1) गरम करणे 2) थंड करणे 3) फुंकणे 4) क्लॅम्पिंग

अ] ४-३-१-२

ब] ४-३-२-१

क] <u>1-4-3-2</u>

ड] १-३-२-४

339] ब्लो मोल्डिंग सायकलमध्ये पॉलिमरचे तापमान नियंत्रित करण्यासाठी कोणते उपकरण वापरले जाते?

A] थर्मो रेझिस्टर

ब] थर्मामीटर

क] <u>थर्मोकूपल</u>

D] काचेची नळी

340] आपण साच्याच्या त्या भागाला काय म्हणतो जिथे पॅरिसन एकत्र केले जाते आणि वेल्डेड केले जाते?

अ] मान

ब] गेट

क] <u>चिमूटभरबंद</u>

D] मांडेल

341] ब्लो मोल्डिंगमध्ये डाई खराब झाल्यास किंवा घाण झाल्यास कोणता दोष निर्माण होईल?

अ] बुडण्याची खूण

B] फोड

क] <u>ओळीमरतात</u>

ड] शून्यता

342] ब्लो मोल्डिंगमध्ये मोल्ड घटक डिझाइन करताना काय टाळले पाहिजे?

अ] त्रिज्या

ब] वाकणे

क] फिलेट

डी] तीक्ष्णकोपरे

343] ब्लो मोल्डिंग मशीनमध्ये क्लॅम्पिंग युनिटचे कार्य काय आहे?

अ] साचा टांगणे

ब] मोल्डउघडणेआणिबंदकरणे

C] साचा पकडणे

D] साचा बसवणे

344] वाहत्या हवेत ओलावा असताना उत्पादनामध्ये कोणता दोष आढळतो?

अ] बुडण्याची खूण

ब] पॉकमार्क

C] वेल्ड लाइन

D] वितळणारी रेषा

345] साचा खराब झाल्यावर उत्पादनात काय दिसते?

अ] वितळणारी रेषा

ब] डायओळ

C] पार्टिंग लाइन

D] प्रवाह रेषा

346] उत्पादनामध्ये ढगाळ आणि आळशी दिसण्याचे कारण काय आहे?

अ] जास्त गरम होणे

ब] घाण

C] उच्च दाब

D] कमी तापमान

347] ब्लो मोल्डिंगमध्ये प्लेटच्या हालचालीमध्ये धक्का लागण्याचे कारण काय आहे?

A] हवेचा दाब खूप जास्त असतो

ब] खराबस्नेहन

C] उच्च साचा तापमान

डी] रॉक आणि पॅरिसनचा योग्य सहभाग

348] ब्लो मोल्डिंगमध्ये डाय एक्झिटमध्ये कोणता दोष आढळला?

अ] शार्कत्वचा

ब] स्ट्रेचिंग

C] फ्रॅक्चर

ड] संकोचन

349] ब्लो मोल्डिंगमध्ये बेंड पॅरिसन दोषाचे कारण काय आहे?

अ] कमी वितळलेले तापमान

B] साहित्य MFI खूप कमी आहे

C] कमी तापमान

डी] <u>अयोग्यडाईसेंटरिंग</u>

350] ब्लो मोल्डिंगच्या उत्पादनात चांदीच्या रेषा तयार होण्याचे कारण काय आहे?

अ] तापमान

ब] <u>ओलावा</u>

क] दूषित होणे

डी] इंजेक्शन दाब

351] ब्लो मोल्डिंगमध्ये बॅरल खराब गरम होण्याचे कारण काय आहे?

अ] <u>हीटरटर्मिनल्सचीघट्टपणातपासा</u>

B] स्क्रू रोटेशन तपासा

क] कच्चा माल तपासा

D] हवा पुरवठा तपासा

352] बाहेर काढण्याची प्रक्रिया काय आहे?

अ] <u>प्लॅस्टिकमटेरिअललाडाईद्वारेढकलणे</u>

B] पंचाने छिद्र निर्माण करणे

क] पत्र्यापासून कपाच्या आकाराचे भाग बनवणे

ड] पोकळ भाग तयार करणे

353] एक्स्ट्रुजन प्रक्रियेत स्क्रूमध्ये फीड झोनची लांबी किती आहे?

अ] <u>५०%</u>

ब] २५%

क] ३०%

डी] ४०%

354] एक्सट्रूडर स्क्रूचा हेलिक्स कोन काय आहे?

अ] <u>१७.७°</u>

B] 18.7°

C] 19.7°

D] १६.७°

355] एक्सट्रूडर आउटपुटच्या उत्पादनांचे मोजमाप करणारे एकक कोणते आहे?

अ] <u>किलो/तास</u>

ब] मी/तास

C] किमी/तास

D] वस्तुमान/तास

356] कोणते मशीन किंवा तंत्र ब्लो फिल्म बनवते?

अ] <u>एक्सट्रूजनतंत्र</u>

B] इंजेक्शन तंत्र

C] कॉम्प्रेशन तंत्र

ड] ब्लो मोल्डिंग

357] वापरलेले प्लास्टिक पुनर्प्रक्रिया करण्यासाठी कोणते मशीन वापरले जाते?

अ] <u>एक्सट्रूडर</u>

ब] इंजेक्शन

क] फुंकणे

डी] कॉम्प्रेशन

358] चित्रपट निर्मितीशी संबंधित एक्सट्रूजन प्रक्रियेमध्ये किती प्रकारचे डाय वापरले जातात?

A] 4 प्रकार

ब] <u>3प्रकार</u>

C] 2 प्रकार

D] ५ प्रकार

359] ब्लो फिल्ममध्ये सुरकुत्या कशामुळे येतात?

अ] <u>खूपवेबटेंशन</u>

B] कमी वेब टेंशन

C] साहित्यातील आर्द्रता

ड] वाढणे

360] विविध प्रकारचे फिलामेंट बनवण्यासाठी कोणती प्रक्रिया वापरली जाते?

अ] <u>मोनोफिलामेंटएक्सट्रूजनप्रक्रिया</u>

B] वायर कोटिंग एक्सट्रूझन प्रक्रिया

C] शीट बाहेर काढण्याची प्रक्रिया

D] ट्यूबलर फिल्म प्रक्रिया

361] कोणत्या प्रक्रियेने कॉइल तयार होऊ शकते?

अ] <u>बाहेरकाढण्याचीप्रक्रिया</u>

ब] थर्मो फॉर्मिंग

C] कॅलेंडरिंग

D] थर्मोसेट प्रक्रिया

362] थर्मोफॉर्मिंग प्रक्रियेसाठी कोणती सामग्री वापरली जाते?

A] थर्मोसेट प्लास्टिक

ब] <u>थर्मोप्लास्टिक</u>

क] रबर

D] धातूची पत्रके

363] कोणत्या प्रक्रियेला कोल्ड एक्सड्रुजन प्रक्रिया असेही म्हणतात?

अ] थेट

ब] अप्रत्यक्ष

क] प्रभाव

D] हायड्रोस्टॅटिक

364] कोणती मोल्डिंग प्रक्रिया ट्यूब, पाईप्स, फिल्म आणि पेलेट्स तयार करण्यासाठी योग्य आहे?

अ] ब्लो मोल्डिंग

ब] बाहेरकाढलेले

C] इंजेक्शन मोल्डिंग

D] कॉम्प्रेशन मोल्डिंग

365] एक्सट्रूजन मोल्डिंगमध्ये कोणता भाग, राळ गरम करणे आणि मिसळणे होते?

अ] बॅरल

B] मांडेल

C] ब्रेकर प्लेट

ड] मरणे

366] एक्स्ट्रुडरमधील कुलिंग फॅनचे कार्य काय आहे?

अ] सेट तापमान वाढवा

B] सेट तापमान कमी करा

क] सेटतापमानापेक्षाजास्तनसावे

D] तापमान सेट मूल्यापेक्षा जास्त ठेवा

367] पीव्हीसी पाईप्स तयार करण्यासाठी कोणती सामग्री आहे?

अ] पोलाद

ब] प्लास्टिक

क] तांबे

D] ॲल्युमिनियम

368] एक्सट्रूझनमध्ये उत्पादन मिळविण्यासाठी खेचून कोठे बाहेर काढले जाते?

अ] मीठ स्नान

ब] पाण्याचीआंघोळ

C] बुध स्नान

डी] तापमान स्नान

369] उष्णता संवेदनशील पॉलिमर कोणता आहे?

अ] पीव्हीसी

B] PC
क] पुनश्च
डी] इपॉक्सी
370] निसर्गात कोणती सामग्री स्वयं-अग्नी विझवणारी आहे?
अ] पॉलिथिलीन (पीई)
B] पॉलीप्रोपीलीन (PP)
क] पॉलीविनाइलक्लोराईड
डी] एसिटल
371] कोणत्या प्रक्रियेतून लांब प्लास्टिकच्या रॉड आणि नळ्या तयार होतात?
अ] कॉम्प्रेशन मोल्डिंग
B] इंजेक्शन मोल्डिंग
क] बाहेरकाढणे
ड] ब्लो मोल्डिंग
372] एक्सट्रूजनमध्ये डायचे कार्य काय आहे?
अ] अंतिमआकार
ब] मध्यवर्ती आकार
C] सुरुवातीची ताकद
D] उच्च तापमान
373] पीव्हीसीचा विद्युत क्षेत्रात काय उपयोग होतो?
अ] पाईप्स
ब] वायर कोर
C] टंगस्टन वायर
डी] स्विच
374] एक्सट्रूडरच्या भागामध्ये अतिरिक्त कातरण कोठे होते?
अ] फीड विभाग
ब] पंपिंगविभाग
C] विभाग संकुचित करा
D] संक्रमण विभाग
375] प्लास्टिक एक्सट्रूझन प्रक्रियेत एक्सट्रूडेड मटेरियल कसे थंड केले जाते?
अ] पाण्याने
ब] थंडगार पृष्ठभागाच्या संपर्काने
C] हवाई मार्गाने
ड] तेलाने
376] पॉलिमर एक्सट्रूजनचा उपयोग काय आहे?

अ] कुकर हाताळते

ब] कप

क] <u>पाईप</u>

D] सर्किट बोर्ड

377] एक्सट्रूजन प्रक्रियेद्वारे बाहेर काढलेल्या फिल्मची जाडी किती असते?

A] 0.2 मिमी

B] 0.3 मिमी

C] 0.4 मिमी

डी] <u>0.5 मिमी</u>

378] घन काड्या कशा बनवल्या जातात?

अ] <u>बाहेरकाढण्याचीप्रक्रिया</u>

B] कॅलेंडरिंग प्रक्रिया

C] थर्मोफॉर्मिंग प्रक्रिया

D] ब्लो मोल्डिंग प्रक्रिया

379] कोणत्या प्रकारच्या मशीन प्रक्रियेतून सतत आणि लांबलचक उत्पादने तयार होतात?

अ] <u>बाहेरकाढण्याचीप्रक्रिया</u>

B] इंजेक्शन मोल्डिंग

क] ब्लो मोल्डिंग

D] कॉम्प्रेशन मोल्डिंग

380] एक्सट्रूझन प्रक्रियेत स्क्रूमध्ये कॉम्प्रेशन झोनची लांबी किती असते?

अ] ३०%

ब] ४०%

क] २५%

डी] <u>५०%</u>

381] बाहेर काढण्याच्या प्रक्रियेत ग्रॅन्युलर मोल्डिंग मटेरियल कोठे लोड केले जाते?

अ] बॅरल

ब] <u>हॉपर</u>

क] गोळ्या

ड] विभाजन

382] मिक्सिंग घटक स्क्रूमध्ये कुठे समाविष्ट केले जातात?

अ] फीड झोन

ब] <u>कम्प्रेशनझोन</u>

C] मीटरिंग झोन

D] फीड मॅटरिंग झोन

384] स्क्रूच्या फिरण्याने कोणत्या प्रकारची ऊर्जा विकसित होते?

अ] घर्षणऊर्जा

B] संभाव्य ऊर्जा

C] गतिज ऊर्जा

डी] विद्युत ऊर्जा

385] एक्सट्रूझन प्रक्रियेत स्क्रू आणि बॅरलमधील क्लिअरन्स काय आहे?

अ] 0.02 मिमी

B] 0.05 मिमी

C] 0.01 मिमी

डी] ०.०३ मिमी

386] एक्सट्रूडरच्या वितळणाऱ्या भागाचे दुसरे नाव काय आहे?

अ] फीड विभाग

ब] संक्रमणविभाग

C] पंपिंग विभाग

D] विभाग संकुचित करा

387] मीटरिंग झोनमध्ये स्क्रूची लांबी किती आहे?

अ] २५%

ब] ५०%

क] ३०%

डी] ४०%

388] एक्सट्रूझन प्रक्रियेत स्क्रूचे साहित्य काय आहे?

अ] नायट्राइडिंगस्टील

ब] हाय स्पीड स्टील

C] स्टेनलेस स्टील

डी] कास्ट लोह

389] बाहेर काढण्याच्या प्रक्रियेत बॅरल बनवण्यासाठी कोणती सामग्री वापरली जाते?

अ] नायट्राइडिंगस्टील

ब] पावडर मेटलर्ज स्टील्स

C] द्वि-धातू

D] उच्च कार्बन स्टील्स

390] स्क्रूची लांबी ते व्यासाचे गुणोत्तर किती आहे?

अ] 20:1

ब] १६:१

क] १८:१

D] २०:१

391] एक्सट्रूडर स्क्रूचे कॉम्प्रेशन रेशो किती आहे?

अ] २ ते ३

ब] ३ ते २

क] 1.5 ते 4.5

D] 2 ते 1

392] L/D रेशन म्हणजे काय?

अ] लांबीतेव्यासाचेप्रमाण

B] लिफ्ट टू ड्रॅग रेशो

C] लांबी ते विकसित गुणोत्तर

D] लांबी ते गुणोत्तर काढा

393] स्क्रूचा वेग मोजण्यासाठी मूलभूत एकक कोणते?

अ] आरपीएम

B] rps

C] rph

D] rpms

394] कोणत्या एक्सट्रूडरची प्लास्टिक आकाराची क्षमता जास्त आहे?

A] सिंगल स्क्रू एक्सट्रूडर

B] ट्विन स्क्रू एक्सट्रूडर

क] मल्टीस्क्रूएक्सट्रूडर

D] ड्रम एक्सट्रूडर

395] कोणती सामग्री प्रक्रिया उभ्या वरच्या दिशेने उडणारी प्रक्रिया वापरते?

अ] पीईआणिपीव्हीसी

B] ABS आणि SAN

C] PP आणि PBT

D] PF आणि UF

396] पॉली प्रोपीलीन फिल्म कशी तयार केली जाते?

अ] अनुलंबखाली

ब] अनुलंब वरच्या दिशेने

क] क्षैतिज

ड] उभा

397] फिल्मची जाडी मोजण्यासाठी कोणते उपकरण वापरले जाते?

अ] व्हर्नियर कॅलिपर

ब] डिजिटलमायक्रोमीटर

C] मायक्रोमीटर

डी] व्हर्नियर डेप्थ गेज

398] ब्लो फिल्म कशी थंड केली जाते?

अ] वायू

ब] हवा

क] पाणी

ड] तेल

399] चित्रपट फुंकण्यासाठी कोणते माध्यम वापरले जाते?

अ] हवा

ब] वायू

क] पाणी

ड] तेल

401] ब्लो फिल्ममध्ये फ्रीज लाइन म्हणजे काय?

अ] डायचेहऱ्यापासूनत्याचीउंचीज्यावरवितळतेगोठते

ब] डाय फेसपासून ते रुंदी आहे ज्यावर वितळणे गोठते

C] तो व्यास ज्यावर वितळतो गोठतो

D] ही त्रिज्या ज्यावर वितळते गोठते

402] चित्रपटासाठी नाममात्र ब्लो अप रेशो म्हणजे काय?

अ] १:२

ब] २:१

क] १:३

D] 2:4

403] ब्लो-रेशो म्हणजे काय?

अ] बबलचाव्यासतेडाईचाव्यास

ब] बबलची त्रिज्या ते डायची त्रिज्या

C] (D)2 ऑफ बबल ते (D)2 ऑफ डाय

बबल टू ऑफ डाय

404] मटेरियल कंपाउंडिंगमध्ये वापरल्या जाणाऱ्या हीट स्टॅबिलायझर्सचा उद्देश काय आहे?

अ] थर्मलडिग्रेडेशनटाळण्यासाठी

ब] घर्षण टाळण्यासाठी

C] खर्च कमी करण्यासाठी

D] साहित्य मऊ करण्यासाठी

405] पाईप निर्मितीमध्ये घर्षण कमी करण्यासाठी कोणती सामग्री वापरली जाते?

अ] वंगण

B] उष्णता स्थिर करणारे

क] फिलर

D] ज्वालारोधक

406] कोणत्या आकारमान युनिटमध्ये उत्पादनाची गुणवत्ता चांगली आहे?

अ] प्रेशर साइझिंग

ब] व्हॅक्यूम आकारमान

C] प्लेटचे आकारमान

डी] दाब + व्हॅक्यूमआकारमान

407] पाईपचा अंतर्गत आणि बाह्य व्यास आकारण्यासाठी कोणत्या प्रकारचे आकारमान युनिट वापरले जाते?

अ] व्हॅक्यूम + दाबआकारमान

B] दाब आकारमान

C] व्हॅक्यूम आकारमान

D] प्लेटचे आकारमान

408] एक्सट्रूजन प्रक्रियेमध्ये केसिंग-कॅपिंगचा आकार कसा केला जातो?

अ] प्रेशर साइझिंग

ब] प्लेटआकारमान

C] व्हॅक्यूम आकारमान

डी] व्हॅक्यूम + दाब आकारमान

409] पाईपचा बाह्य व्यास आकारण्यासाठी कोणते आकारमान युनिट वापरले जाते?

अ] प्रेशर साइझिंग

ब] व्हॅक्यूमआकारमान

C] प्लेटचे आकारमान

डी] व्हॅक्यूम + दाब आकारमान

410] पाईपच्या अंतर्गत व्यासाचे आकारमान करण्यासाठी कोणत्या प्रकारचे साइझिंग युनिट वापरले जाते?

अ] प्रेशरसाइझिंग

ब] व्हॅक्यूम आकारमान

C] प्लेटचे आकारमान

डी] व्हॅक्यूम + दाब आकारमान

411] बोअरवेल पाईप्स बनवण्यासाठी कोणते साहित्य वापरले जाते?

अ] पीव्हीसी

B] HDPE

C] नायलॉन

D] LDPE

412] कृषी पाईप्स बनवण्यासाठी कोणते साहित्य मोठ्या प्रमाणात वापरले जाते?

अ] एचडीपीई

B] PVC

C] LDPE

D] HMHDPE

413] गार्डन पाईप बनवण्यासाठी कोणत्या प्रकारची सामग्री वापरली जाते?

अ] थर्मोप्लास्टिक

B] थर्मोसेट प्लास्टिक

क] रबर

डी] इपॉक्सी

414] कोणते प्लॅस्टिक मटेरियल रिसायकल करता येत नाही?

अ] एचडीपीई

ब] पीपी

C] LDPE

डी] पीएफ

415] 4 R चे तत्व काय आहे?

अ] कमीकरा - पुन्हावापरा - पुनर्वापरकरा - पुनर्प्राप्तकरा

ब] नकार - पुनर्वापर - पुनर्वापर - पुनर्प्राप्त

क] कमी करा - पुन्हा वापरा - पुनर्वापर - रीमिक्स

ड] कमी करा - पुनर्वापर - पुनर्वापर - पुनरुत्पादन

416] शीट तयार करण्यासाठी कोणत्या प्रकारचा डाय वापरला जातो?

अ] क्षैतिजस्लिटमरतात

B] क्रॉस हेड मरणे

C] पिन हेड मरतात

D] राम संचयक मरतात

417] पुनर्प्रक्रिया संयंत्रात कोणता डाय वापरला जातो?

अ] मोनोफिलामेंटमरतात

B] शीट मरणे

क] पाईप मरणे

डी] टी-टाइप डाय

418] कोणता डाय वितळलेल्या पॉलिमरला बाहेरून बाहेर पडण्यासाठी कडेकडेने मरण्यास सक्षम करतो?

अ] साइडफीडमरतात

B] कोळी मरणे
C] स्पायरल मँडरेल प्रकार
ड] तळ फीड मरतात
419] कोणते डाय सामग्री मध्यभागी प्रवेश करण्यास सक्षम करते आणि पुढे पाठवते?
अ] साइड फीड मरतात
B] कोळी मरणे
C] स्पायरल मँडरेल प्रकार
डी] तळफीडमरतात
420] कोणत्या प्रकारच्या उत्पादनामध्ये मध्यभागी पंच नाही?
अ] ठोसरॉड
ब] पोकळ पाईप
क] आवरण - टोपी
D] चित्रपट
421] पाईप एक्सट्रूजनमध्ये सच्छिद्रता दोषाचे कारण काय आहे?
अ] कोरडे साहित्य
ब] सामग्रीमध्येआर्द्रता
C] अयोग्य डाय सेटिंग
डी] अयोग्य
422] पत्र्याच्या पृष्ठभागावर रेषा का येतात?
अ] दूषितप्रणाली
ब] खूप ओलावा
C] स्थिर नसलेला प्रवाह वितळतो
D] सामग्रीचे खराब मिश्रण
423] पाईपच्या पृष्ठभागावर सतत रेषा चिन्ह का आढळते?
अ] मुळेनुकसानमरतात
ब] वितळण्याचे उच्च तापमान
C] वितळण्याचे कमी तापमान
डी] अयोग्य थंड करणे
424] पाईपमधील असमान जाडीच्या दोषावर काय उपाय आहे?
अ] ओलावा सामग्री
ब] योग्यडायसेंटरिंगकरा
C] हवेचा कमी दाब
D] स्टॅबिलायझरची पातळी कमी

425] ब्लो फिल्ममध्ये जास्त गरम केल्याने आणि ओल्या पदार्थामुळे कोणता दोष उद्भवतो?

अ] खराब रंग

ब] बुडबुडे

C] असमान जाडी

D] प्रवाही रेषा

426] ब्लो फिल्ममध्ये रंग का होतो?

अ] अतिउष्णतेमुळे

B] कमी तापमानामुळे

C] अयोग्य डाय सेटिंग

D] विसंगत टेक अप गती

427] देखभालीसाठी पद्धतशीर दृष्टीकोन म्हणजे काय?

अ] समस्या - कारण - निदान - दुरुस्ती

ब] समस्या - निदान - कारण - सुधारणे

C] समस्या - मोजमाप - निदान - सुधारणा

D] समस्या - निदान - मोजमाप - सुधारणा

428] प्रतिबंधात्मक देखभाल का आवश्यक आहे?

अ] यंत्राचे आयुष्य कमी करण्यासाठी

ब] देखभाल खर्च वाढवणे

क] प्लास्टिकप्रक्रियामशीनरीप्रणालीचेआयुष्यवाढविण्यासाठी

D] देखभाल खर्च कमी करण्यासाठी

429] कोणत्या प्रक्रियेने पन्हळी कार्टन बनते?

अ] बॉक्स strappings

ब] वायर लेप

C] फिलामेंट एक्सट्रूजन

D] शीट बाहेर काढणे

430] मासेमारीचे जाळे बनवण्यासाठी कोणते साहित्य वापरले जाते?

अ] नायलॉन

B] HDPE

C] LDPE

D] MDPE

431] बेअर वायरच्या इन्सुलेटसाठी कोणती सामग्री जास्त वापरली जाते?

अ] पीव्हीसी

B] HDPE

C] LDPE

D] MDPE

432] वायर कोटिंगसाठी कोणते मशीन वापरले जाते?

अ] एक्सट्रूडरमशीन

B] इंजेक्शन मोल्डिंग मशीन

C] ब्लो मोल्डिंग मशीन

D] थर्मोफॉर्मिंग मशीन

433] केबल एक्सट्रूजनमध्ये उत्पादन वाइंडिंगचा वेग किती आहे?

अ] ४० मी/से

ब] ५०मी/से

C] 60 मी/से

D] ७० मी/से

434] शीट तयार करण्यासाठी कोणती प्रक्रिया वापरली जाते?

अ] कॅलेंडरिंग

ब] तयार करणे

सी] इंजेक्शन

ड] ब्लो मोल्डिंग

435] वितळलेल्या पॉलिमरला मेटल डायद्वारे सतत आकार तयार करण्याची प्रक्रिया काय आहे?

अ] बाहेरकाढणे

ब] लिथुग्राफी

C] कॅलेंडरिंग

D] थर्मो फॉर्मिंग

436] इम्पॅक्ट एक्सट्रूझनचा पाया त्याच्या बाजूच्या भिंतीशी कसा बनवायचा?

अ] जाड

ब] पातळ

क] समान

D] पातळ किंवा समान

437] दोन किंवा अधिक भिन्न पॉलिमर एकत्र करून नवीन उत्पादन तयार करण्याच्या प्रक्रियेला काय म्हणतात?

अ] बंधनकारक

ब] स्थिर करणे

क] मिश्रण

ड] भरणे

438] प्लास्टिक बाहेर काढण्यासाठी कच्च्या मालाचे कोणते संयुग वापरले जाते?

अ] <u>नर्डल्स</u>

ब] पावडर

क] ग्रॅन्युल्स

D] द्रव

439] ब्रेकर प्लेटद्वारे कोणते मजबुतीकरण केले जाते कारण या ठिकाणी दाब एक्सट्रूजनमध्ये 5000 psi पेक्षा जास्त असू शकतो?

अ] <u>पडदा</u>

ब] फिल्टर

क] कोगुलंट

D] गाळ

440] एक्सट्रूजनच्या बॅरलमध्ये पाठीचा दाब का आवश्यक आहे?

अ] साहित्य खाऊ घालणे

ब] सामग्री गरम करणे

क] <u>पॉलिमरचेयोग्यमिश्रण</u>

D] जास्तीचे साहित्य परत करा

441] एक्सट्रूजनमध्ये ब्रेकर प्लेटचे कार्य काय आहे?

अ] स्क्रीन ब्लॉकिंग तोडणे

ब] सातत्य तोडणे

क] <u>सर्पिलप्रवाहाचेदुबळेप्रवाहातरूपांतरकरणे</u>

डी] पॉलिमर साखळी तोडणे

442] एक्सट्रूडरमध्ये स्क्रीन पॅक कुठे ठेवला जातो?

अ] स्क्रू आणि बॅरल

ब] <u>स्क्रूआणिब्रेकरप्लेट</u>

C] प्लेट ब्रेकर आणि मरतात

D] हॉपर आणि बॅरल

443] उभ्या ऊर्ध्वगामी उडवलेल्या फिल्म एक्सट्रूजन प्रक्रियेत फिल्म कशी थंड केली जाते?

अ] <u>हवाफुंकून</u>

B] जबरदस्तीने थंडगार पाणी

C] सामान्य पाणी फुंकून

D] नायट्रोजन वायू उडवून

444] साइड फीड डाय वापरून कोणती प्रक्रिया केली जाते ?

अ] पत्रक बनवणे

ब] पाईप बनवणे

क] <u>ब्लोफिल्मएक्सट्रूझन</u>

D] वायर इन्सुलेशन

445] एक्सट्रूड पाईपवर सतत रेषेतील दोषाचे कारण काय आहे?

अ] वितळण्याचे तापमान कमी असते

B] कच्च्या मालातील आर्द्रता

क] <u>खराबझालेलेमरतात</u>

D] वितळण्याचे तापमान जास्त असते

446] हॉट एक्सट्रूझनमध्ये मुख्य समस्या काय आहे?

अ] पंचाची रचना

ब] पंचाचा पोशाख

सी] डायची रचना

डी] <u>मरणेआणिअश्रू</u>

447] डिस्पोजेबल कप तयार करण्यासाठी कोणत्या प्रक्रियेचा वापर केला जातो?

अ] बाहेर काढण्याची प्रक्रिया

B] कॉम्प्रेशन प्रक्रिया

क] <u>थर्मोफॉर्मिंगप्रक्रिया</u>

डी] इंजेक्शन प्रक्रिया

448] थर्माप्लास्टिक शीट्सला वेगळ्या आकारात आकार देण्यासाठी प्रक्रिया कोणत्या पद्धतीचा वापर केला जातो?

A] ब्लो फिल्म प्रक्रिया

B] ब्लो मोल्डिंग प्रक्रिया

C] रोटो मोल्डिंग प्रक्रिया

डी] <u>थर्मोफॉर्मिंगप्रक्रिया</u>

449] थर्मोफॉर्मिंग प्रक्रियेसाठी कोणत्या कच्च्या मालाचा वापर केला जातो?

अ] ग्रॅन्युल्स

ब] गोळ्या

C] पावडर फॉर्म

डी] <u>प्लास्टिकशीट</u>

450] व्हॅक्यूम तयार करण्यासाठी प्लास्टिकची किमान जाडी किती आहे?

अ] <u>0.125 मिमी</u>

B] 0.25 मिमी

C] 0.375 मिमी

D] 0.5 मिमी

451] व्हॅक्यूम तयार करताना प्लास्टिक शीटची जास्तीत जास्त जाडी किती आहे?

A] 3 मिमी

B] 3.1 मिमी

क] 3.2 मिमी

डी] 3.3 मिमी

452] थर्मोफॉर्मिंग प्रक्रियेसाठी कोणती पद्धत वापरली जाते?

अ] बाहेरकाढण्याचीप्रक्रिया

B] कॉम्प्रेशन प्रक्रिया

C] गरम करण्याची प्रक्रिया

डी] इंजेक्शन प्रक्रिया

453] थर्मोफॉर्मिंग प्रक्रियेचा तोटा काय आहे?

अ] वेगवान साचा चक्र

B] कमी दाब आवश्यक

C] वजनाने हलके आणि टिकाऊ

डी] ट्रिमिंगआवश्यकआहे

454] थर्मोफॉर्मिंग मोल्ड्स बनवण्यासाठी कोणती सामग्री जास्त वापरली जाते?

अ] स्टील

ब] राखाडी कास्ट आयर्न

क] ॲल्युमिनियम

D] पांढरे कास्ट आयर्न

455] थर्मोफॉर्मिंगमध्ये काय आवश्यक आहे?

अ] कमीदाब

ब] उच्च कडक यंत्र

C] जास्त किंमत

D] उच्च दाब

456] कोणती प्रक्रिया यांत्रिक पद्धतीने थर्माप्लास्टिकच्या हार्ड शीटला इच्छित आकार देते?

अ] कॅलेंडरिंग

ब] थर्मोफॉर्मिंग

क] एक्सट्रूजन

ड] ब्लो मोल्डिंग

457] थर्मोफॉर्मिंगमधील चक्राचा पहिला संच कोणता आहे?

अ] छाटणे

ब] गरम करणे

क] क्लॅम्पिंग

डी] थंड करणे

458] थर्मोफॉर्मिंगसाठी कोणती प्रक्रिया केलेली सामग्री वापरली जाते?

अ] बाहेरकाढण्याचीप्रक्रिया

B] कॉम्प्रेशन प्रक्रिया

C] गरम करण्याची प्रक्रिया

डी] इंजेक्शन प्रक्रिया

459] थर्मोफॉर्मिंगमधील चक्राचा शेवटचा संच कोणता आहे?

अ] क्लॅम्पिंग

ब] गरम करणे

क] थंड करणे

डी] ट्रिमिंग

460] थर्मोफॉर्मिंगमध्ये प्लास्टरचा मोल्ड मटेरियल म्हणून वापर करून किती शक्य आहे?

अ] 50 तयारकरणे

B] 500 तयार करणे

C] 1000 पेक्षा जास्त तयार होतात

D] अनिश्चित स्वरूप

461] थर्मोफॉर्मिंगमध्ये मोल्ड मटेरियल म्हणून ॲल्युमिनियमचा वापर करून किती शक्य आहे? A] 50 तयार करणे

B] 500 तयार करणे

C] 1000 पेक्षा जास्त तयार होतात

डी] अनिश्चितस्वरूप

462] कोणता साचा मितीय स्थिर आणि चांगला पृष्ठभाग पूर्ण करतो?

अ] प्लास्टर

ब] लाकूड

C] सिंथेटिक राळ

डी] ॲल्युमिनियम

463] कोणत्या साच्यात सामग्री गेली हे महत्त्वाचे नाही?

अ] प्लास्टर

ब] लाकूड

C] सिंथेटिक राळ

D] ॲल्युमिनियम

464] निर्वात निर्मिती प्रक्रियेसाठी किती उष्णता आवश्यक आहे?

अ] ९०° से

B] 130°C

C] 155°C

D] १७५°C

465] व्हॅक्यूम तयार करण्याच्या प्रक्रियेत प्लास्टिक शीटसाठी जास्तीत जास्त जाडी किती असू शकते?

A] 3 मिमी

B] 3.1 मिमी

क] 3.2 मिमी

D] 3.3 मिमी

466] कोणते थर्मोफॉर्मिंग उत्पादन जाड तळाशी आणि पातळ भिंत मिळवते

अ] ड्रेपतयारकरणे

ब] व्हॅक्यूम तयार होणे

C] दाब तयार करणे

D] मुक्त निर्मिती

467] कोणत्या थर्मोफॉर्मिंग उत्पादनाला जाड रिम आणि तळाशी सर्वात पातळ कोपरे मिळतात?

अ] ड्रेप तयार करणे

ब] व्हॅक्यूमतयारकरणे

C] दाब तयार करणे

D] मुक्त निर्मिती

468] खालच्या पातळीवरील तंत्रज्ञानामध्ये सोप्या पद्धतीने मोल्ड करण्यासाठी कोणता वापरला जातो?

अ] ड्रेपतयारकरणे

ब] थर्मोफॉर्मिंग

C] फुंकणे

डी] इंजेक्शन तयार करणे

469] कोणत्या थर्मोफॉर्मिंगमध्ये नर आणि मादी साच्यामध्ये शीट तयार होते?

अ] ड्रेप तयार करणे

ब] व्हॅक्यूम तयार होणे

क] जुळलेडायफॉर्मिंग

D] दाब तयार करणे

470] व्हॅक्यूम तयार करण्यासाठी कोणती सामग्री सामान्य आहे?

अ] लाकडीनमुना

ब] धातूचा नमुना

C] फेरस नमुना

D] अॅल्युमिनियम नमुना

471] व्हॅक्यूम तयार करण्यासाठी प्लास्टिकची किमान जाडी किती असते?

अ] ०.१२५

ब] ०.२५

क] ०.३७५

डी] ०.५

472] निम्न स्तरावरील तंत्रज्ञानामध्ये कोणती प्रक्रिया वापरली जाते?

अ] व्हॅक्यूमतयारकरणे

ब] थर्मो फॉर्मिंग

क] ब्लो मोल्डिंग

डी] इंजेक्शन मोल्डिंग

473] वितळलेले प्लास्टिक साच्यात दाबाशिवाय ओतण्याची प्रक्रिया कोणती?

अ] ब्लो मोल्डिंग

ब] कास्टिंग

C] इंजेक्शन मोल्डिंग

डी] कंपेशन मोल्डिंग

474] थर्मो फॉर्मिंगमध्ये सामग्रीचा अपव्यय कोठे होतो?

अ] क्लॅम्पिंग

ब] गरम करणे

क] आकार देणे

डी] ट्रिमिंग

475] कोणती प्रक्रिया दुय्यम प्रक्रिया तंत्र आहे?

अ] थर्मोफॉर्मिंगप्रक्रिया

B] कॉम्प्रेशन मोल्डिंग प्रक्रिया

C] इंजेक्शन मोल्डिंग प्रक्रिया

D] ब्लो मोल्डिंग प्रक्रिया

476] थर्मोफॉर्मिंग प्रक्रियेसाठी कोणती सामग्री वापरली जाते?

अ] पुनश्च

B] UF

C] MF

डी] पीएफ

477] व्हॅक्यूम मोल्डच्या डिझाइनसाठी किमान मसुदा कोनांची शिफारस केली जाते?

अ] ४?

B] 2?

क] ३?

डी] २.५?

478] ऍक्रिलिक्स सामग्रीच्या थर्मोफॉर्मिंगसाठी तापमानाची श्रेणी काय आहे?

A] 90°-100° से

ब] १२५°-१७५° से

C] १७५°-२५०° से

D] ३००° से. पेक्षा जास्त

479] थर्मोफॉर्मिंगमध्ये गरम कसे असावे?

अ] सततआणिएकसमान

ब] अखंड

C] एकसमान नसलेला

D] सतत आणि नॉन-युनिफॉर्म

480] थर्मोफॉर्मिंगमध्ये गरम करण्याचा दुसरा प्रकार कोणता आहे?

अ] इन्फ्रारेडरेडिएशन

B] अतिनील विकिरण

C] वैश्विक विकिरण

D] अल्फा रेडिएशन

481] थर्मोफॉर्मिंगमध्ये हेवी गेज्ड कट सीटसाठी कोणती हीटिंग सिस्टम वापरली जाते?

अ] संपर्क गरम करणे

ब] जबरदस्तीनेअधिवेशनगरमहवाओव्हन

C] इन्फ्रारेड रेडियंट हीटर

डी] ब्लो हीटिंग

482] थर्मोफॉर्मिंगमध्ये पातळ गेज्ड कट सीटसाठी कोणती हीटिंग सिस्टम वापरली जाते?

अ] संपर्क गरम करणे

ब] सक्तीचे अधिवेशन गरम हवा ओव्हन

क] इन्फ्रारेडतेजस्वीहीटर

डी] ब्लो हीटिंग

483] कोणत्या हीटिंग सिस्टममध्ये प्लास्टिक शीट गरम करून गरम प्लेटवर ठेवली जाते?

अ] संपर्कगरम

ब] सक्तीचे अधिवेशन गरम हवा ओव्हन

C] इन्फ्रारेड रेडियंट हीटर

डी] ब्लो हीटिंग

484] गरम थर्मो प्लॅस्टिक शीटचा आकार यांत्रिक पद्धतीने इच्छित आकारात कोणती प्रक्रिया करतो?

अ] बाहेर काढण्याची प्रक्रिया

ब] <u>थर्मोफॉर्मिंग</u>

C] कॅलेंडरिंग

ड] ब्लो मोल्डिंग

485] HDPE च्या तुलनेत LDPE चा फायदा काय आहे?

अ] कठिण

ब] कठोर

C] रासायनिक जड

डी] <u>अधिकलवचिक</u>

486] व्हॅक्यूम तयार होण्यासाठी गरम तापमान किती आहे?

अ] <u>90°C पर्यंत</u>

B] 130°C पर्यंत

C] 155°C पर्यंत

D] 175°C पर्यंत

487] थर्मो तयार करताना प्लास्टिक शीट खूप गरम होते तेव्हा काय होते?

अ] <u>फाडणे</u>

ब] बुडबुडे

C] फोड

D] पट्ट्या

488] थर्मोफॉर्मिंगचा साचा बनवण्यासाठी कोणती सामग्री वापरली जाते?

अ] <u>प्लास्टर</u>

B] HDPE

C] LDPE

डी] पीपी

489] कोणत्या साच्यात दीर्घायुषी आणि चांगली ताकद असते?

अ] प्लास्टर

ब] लाकूड

C] प्लास्टिक

डी] <u>ॲल्युमिनियम</u>

490] कोणत्या मोल्डचे आयुष्य 50 मोल्डिंगपर्यंत मर्यादित असते?

अ] <u>प्लास्टर</u>

ब] लाकूड

C] प्लास्टिक मोल्ड
D] ॲल्युमिनियम मोल्ड
491] कोणत्या मोल्डचे आयुष्य 500 मोल्डिंगपर्यंत मर्यादित असते?
अ] <u>लाकूड</u>
ब] प्लास्टिक
C] ॲल्युमिनियम
D] प्लास्टर
492] कोणत्या साच्याचे आयुष्य 500 मोल्डिंगपेक्षा जास्त असते?
अ] <u>ॲल्युमिनियम</u>
ब] लाकूड
C] प्लास्टिक
D] प्लास्टर
493] थर्मोफॉर्मिंग प्रक्रियेत कोणते तंत्र बहुमुखी आणि मोठ्या प्रमाणावर वापरले जाते?
अ] दाब तयार करणे
ब] <u>सरळव्हॅक्यूमतयारकरणे</u>
C] मुक्त निर्मिती
D] प्लग असिस्ट फॉर्मिंग
494] कोणते थर्मोफॉर्मिंग तंत्र जास्त खोलीचे आहे?
अ] <u>ड्रेपफॉर्मिंग</u>
B] दाब तयार करणे
C] यांत्रिक स्वरूप
D] मुक्त निर्मिती
495] थर्मोफॉर्मिंगमध्ये कोणत्या प्रकारची हीटिंग सिस्टम वापरली जाते?
अ] <u>इलेक्ट्रिकलपॉवरइन्फ्रारेडहीटर्स</u>
ब] गरम तेल
क] वाफ
डी] सौर किरण
496] कोणती प्रक्रिया जुळलेल्या डाई फॉर्मिंग सारखी आहे?
A] इंजेक्शन मोल्डिंग प्रक्रिया
ब] <u>कॉम्प्रेशनमोल्डिंगप्रक्रिया</u>
C] ब्लो मोल्डिंग प्रक्रिया
डी] कास्टिंग प्रक्रिया
497] शीटमधील ओलावा काढण्यासाठी काय केले जाते?
अ] <u>शीटप्रीड्रीकरा</u>

ब] शीट थंड करा

सी] शीट थंड ठिकाणी ठेवा

D] साहित्य ओले करा

498] रोटेशनल मोल्डिंगमध्ये गरम झालेल्या पोकळ मोल्डमध्ये कोणती सामग्री भरली जाते?

अ] चार्ज साहित्य

ब] शॉटवजनसाहित्य

C] कितीही साहित्य

D] द्रव पदार्थासह पावडर

499] रोटेशनल मोल्डिंगचा उत्पादन खर्च इतर प्रकारच्या मोल्डिंग प्रक्रियेशी कसा तुलना करतो?

अ] समान

ब] महाग

क] स्वस्त

D] महाग किंवा समान नाही

500] रोटेशनल मोल्डिंगमध्ये उत्पादनाचा कोणता आकार तयार होऊ शकतो?

अ] घन भाग

ब] पोकळ भाग

क] फक्तगोलभाग

D] अनियमित आकाराचा भाग

501] रोटेशनल मोल्डिंगमध्ये उत्पादनाच्या भिंतीच्या जाडीवर कोणते अवलंबून असते?

A] गरम करण्याचे प्रमाण

ब] थंड होण्याचे प्रमाण

क] पावडरकिंवाद्रवरक्कम

D] रोटेशनचा वेग

502] रोटेशनल मोल्डिंगमध्ये प्रक्रियेचे चक्र काय आहे?

A] लोडिंग, अनलोडिंग, हीटिंग आणि कूलिंग

B] गरम करणे, थंड करणे, लोड करणे आणि उतरवणे

क] लोडिंग, हीटिंग, कूलिंगआणिअनलोडिंग

डी] कूलिंग, लोडिंग, अनलोडिंग आणि हीटिंग

503] रोटेशनल मोल्डिंगमध्ये मोल्डमध्ये काय ओतले जाते?

अ] गरम वितळलेले प्लास्टिक

B] preform parison

C] प्लास्टिक शीट्स
डी] पावडरपॉलिमर
504] रोटेशनल मोल्डिंगचा फायदा काय आहे?
अ] घन उत्पादन तयार करा
B] क्लिष्ट आकाराचे उत्पादन
क] मोठ्यापोकळउत्पादनाचीनिर्मिती
D] पत्रके तयार करतात
505] रोटेशनल मोल्डिंग प्रक्रियेत कोणते प्लास्टिक उत्पादन तयार करू शकते?
अ] मग
ब] बादली
C] खुर्ची
डी] ओव्हरहेडपाण्याचीटाकी
506] रोटेशनल मोल्डिंगमध्ये सायकलचा कोणता भाग आहे?
अ] श्वास घेणे
ब] कुल
क] गरमकरणेआणिफिरवणे
D] वेंटिंग
507] रोटेशनल मोल्डिंग प्रक्रियेत साचा कसा थंड केला जाऊ शकतो?
अ] साच्यावरहवाफुंकणे
B] हायड्रॉलिक तेल फवारणी
C] साच्यात फिरणारे पाणी
डी] वातावरणात थंड
508] रोटो-मोल्डिंगमध्ये रोटेशनचा वेग किती असतो?
अ] 30 rpm पेक्षाकमी
B] 60 rpm पेक्षा जास्त
C] 60 ते 85 rpm दरम्यान
D] 100 rpm पेक्षा जास्त
509] रोटेशनल मोल्डिंगमध्ये साच्यावर कोणते बल कार्य करते?
अ] केंद्रापसारकशक्ती
B] केंद्राभिमुख बल
C] व्हॅक्यूम फोर्स
ड] वायूदला फुंकणे
510] रोटेशनल मोल्डिंगमध्ये साचा कसा गरम होतो?
अ] थेटगॅसज्वाला

B] थेट सूर्यप्रकाश

C] गरम पाणी फिरवणे

D] साच्याभोवती बँड हीटर

511] रोटेशनल मोल्डिंगच्या चक्रात कोणत्या गोष्टीला जास्त वेळ लागला?

अ] लोडिंग वेळ

ब] <u>गरमकरण्याचीआणिफिरण्याचीवेळ</u>

C] थंड होण्याची वेळ

D] उतराईची वेळ

512] कोणती सामग्री पॉलिमरद्वारे आर्द्रता शोषून घेते?

अ] <u>नायलॉन</u>

B] LDPE

C] HDPE

डी] पॉलीप्रोलीन

513] रोटेशनल मोल्डिंगच्या कच्च्या मालातून ओलावा कसा काढला जातो?

अ] गेटिंग

ब] <u>पूर्वकोरडे</u>

क] वेंटिंग

डी] थंड करणे

514] कोणत्या पॉलिशिंग पद्धतीने प्लास्टिकच्या भागांवर गुळगुळीत पृष्ठभाग तयार होतो?

अ] <u>बफिंग</u>

ब] होनिंग

क] लॅपिंग

ड] सँडिंग

515] सोबती पृष्ठभाग फिनिश तयार करण्याच्या प्रक्रियेचे नाव काय आहे?

अ] बफिंग

ब] <u>सँडिंग</u>

क] विक्षेपण

ड] विकृती

516] गुळगुळीत परावर्तित पृष्ठभाग तयार करण्याच्या प्रक्रियेचे नाव काय आहे?

अ] <u>बफिंग</u>

ब] कडक होणे

क] विक्षेपण

ड] विकृती

517] कोणत्या प्रक्रियेमुळे निर्बाध उत्पादन होते?

अ] ब्लो मोल्डिंग

B] इंजेक्शन मोल्डिंग

C] थर्मोफॉर्मिंग

डी] <u>रोटेशनलमोल्डिंग</u>

518] कोणत्या प्रक्रियेमुळे पोकळ एक-तुकडा वस्तू बनते?

अ] आर <u>ओटेशनलमोल्डिंग</u>

ब] ब्लो मोल्डिंग

सी] इंजेक्शन मोल्डिंग

D] थर्मोफॉर्मिंग

519] रोटेशनल मोल्डिंगमध्ये कोणत्या प्रकारचा साचा वापरला जातो?

अ] <u>पोकळसाचा</u>

B] पोकळी आणि कोर साचा

क] मरणे

ड] पिन हेड डाय

520] कोणत्या प्रक्रियेमुळे प्लास्टिक बॉल बनतो?

अ] ब्लो मोल्डिंग

B] इंजेक्शन मोल्डिंग

C] थर्मोफॉर्मिंग

डी] <u>रोटेशनलमोल्डिंग</u>

521] रोटेशनल मोल्डिंगमध्ये कोणत्या प्रकारची सामग्री वापरली जाते?

अ] <u>पावडर</u>

ब] ग्रेन्युल

C] क्रिस्टल

D] द्रव

522] कोणत्या प्रक्रियेने पाणी साठवण टाकी बनते?

अ] ब्लो मोल्डिंग

B] इंजेक्शन मोल्डिंग

C] थर्मोफॉर्मिंग

डी] <u>रोटेशनलमोल्डिंग</u>

523] रोटेशनल मोल्डिंगचा मुख्य फायदा काय आहे?

अ] <u>कमीटूलिंगखर्च</u>

B] उच्च टूलिंग खर्च

C] उच्च देखभाल खर्च

D] कमी देखभाल खर्च
524] रोटेशनल मोल्डिंगचा वापर पोकळ उत्पादनासाठी का केला जातो?
अ] <u>साहित्याचाकमीअपव्यय</u>
ब] साहित्याचा जास्त अपव्यय
C] उच्च टूलिंग खर्च
D] उच्च देखभाल खर्च
525] रोटेशनल मोल्ड कसे गरम केले जाते?
अ] <u>गॅसकिंवाइलेक्ट्रिकलएनर्जी</u>
B] घर्षण ऊर्जा
C] संभाव्य ऊर्जा
D] स्थिर ऊर्जा
526] रोटेशनल मोल्डिंगमध्ये कोणती सामग्री वापरली जाते?
अ] <u>LDPE</u>
ब] पीएफ
C] MF
D] UF
527] रोटेशनचा वेग कसा मोजला जातो?
अ] <u>RPM</u>
B] RPS
C] RPH
D] RPMS
528] कोणती प्रक्रिया तणावमुक्त भाग बनवते?
अ] ब्लो मोल्डिंग
B] इंजेक्शन मोल्डिंग
C] थर्मोफॉर्मिंग
डी] <u>रोटेशनलमोल्डिंग</u>
529] रोटेशनल मोल्डिंगमध्ये साचा कसा फिरवला जातो?
अ] <u>द्विवअक्षीय</u>
ब] त्रिअक्षीय
C] चाराक्षरी
ड] एकक्षरी
530] रोटेशनल मोल्डिंगमध्ये साचा थंड करण्यासाठी कोणते माध्यम वापरले जाते?
अ] तेल
ब] <u>हवा</u>
C] वायू

D] खनिज तेल

531] बफिंग प्रक्रिया का केली जाते?

अ] स्क्रॅच काढा

B] फ्लॅश काढा

C] स्क्रॅच वाढवा

डी] पॉलिशिंग

532] बफिंग प्रक्रिया कशी केली जाते?

अ] बारीकअपघर्षकसंयुगे

ब] साधे कापड

C] वायर ब्रश

D] मऊ ब्रश

533] रोटेशनल मोल्डिंगची निर्मिती प्रक्रिया काय आहे?

अ] उच्चतापमान, कमीदाबतयारकरण्याचीप्रक्रिया

B] कमी तापमान, उच्च दाब तयार करण्याची प्रक्रिया

C] कमी तापमान, कमी दाब तयार करण्याची प्रक्रिया

D] उच्च तापमान, उच्च दाब तयार करण्याची प्रक्रिया

534] कोणत्या मोल्डिंग प्रक्रियेमध्ये गरम झालेल्या पोकळ साचाचा समावेश होतो, जो सामग्रीच्या शॉट वजनाने भरलेला असतो?

अ] ब्लो मोल्डिंग

ब] व्हॅक्यूम तयार होणे

क] रोटेशनलमोल्डिंग

डी] इंजेक्शन मोल्डिंग

535] कोणत्या प्रक्रियेने पोकळ भाग बनवून भिंतीची एकसमान जाडी मिळते?

अ] ब्लो मोल्डिंग

B] इंजेक्शन मोल्डिंग

C] कॉम्प्रेशन मोल्डिंग

डी] रोटेशनलमोल्डिंग

536] वेगवेगळ्या रंगांच्या सामग्रीसह दुहेरी भिंत तयार करण्यासाठी कोणत्या प्रक्रियेचा वापर केला जातो?

अ] ब्लो मोल्डिंग

B] इंजेक्शन मोल्डिंग

क] रोटेशनलमोल्डिंग

D] कॉम्प्रेशन मोल्डिंग

537] रोटेशनल मोल्डिंगमध्ये ऑपरेटिंग तापमान श्रेणी काय आहे?

A] 100°C ते 250°C

B] 160°C ते 260°C

क] 260°C ते 370°C

D] 400°C ते 550°C

538] रोटेशनल मोल्डिंगमध्ये भागाच्या भिंतीची जाडी कोणती ठरवायची?

अ] आकारलेल्यासाहित्याचीरक्कम

B] वापरलेल्या साहित्याचा प्रकार

C] साहित्याचा MFI

D] वापरलेले हीटिंगचे प्रकार

539] रोटेशनल मोल्डिंग प्रक्रियेत MRA (मोल्ड रिलीज एजंट) चा उद्देश काय आहे?

अ] पटकन जोडायचे साहित्य

ब] सामग्रीचा रंग वाढवा

C] सामग्रीचे तापमान वाढवा

डी] साहित्यभागत्वरीतआणिप्रभावीपणेकाढले

540] रोटेशनल मोल्डिंगमध्ये प्राथमिक आणि दुय्यम अक्षांचे अक्ष रोटेशन गती गुणोत्तर काय आहे?

अ] समान

ब] ४:१

क] १:४

D] ४:३

541] भौतिक वस्तू निकृष्ट होऊ नये म्हणून सायकलच्या लांबीवर कोणते नियंत्रण ठेवावे?

अ] तापमान

B] रोटेशनचा वेग

C] सामग्रीचे वजन

डी] थंडीचे प्रमाण

542] रोटेशनल मोल्डिंगमध्ये उत्पादनाचे युद्ध कशामुळे होते?

अ] वजनाने भरलेले साहित्य

ब] योग्य गरम पुरवठा

C] योग्य तापमान नियंत्रण

डी] खराबकूलिंग

543] रोटेशनल मोल्डिंगमध्ये कच्चा माल अगोदर सुकवण्याचा काय फायदा आहे?

अ] सायकलवेळकमीकरा

B] सायकल वेळ वाढवा

C] उष्णता पुरवठा वाढवा

ड] उत्पादन दर कमी करा

544] रोटेशनल मोल्डिंगमध्ये 140°F (60°C) वर राळ एका तासासाठी सुकल्यावर काय काढून टाकावे?

अ] <u>ओलावा</u>

ब] संकोचन

क] युद्धपृष्ठ

D] डाय रेषा

545] रोटेशनल मोल्डिंगमध्ये तयार केलेल्या भागांमध्ये बुडबुडे आणि पॉक मार्क्स कसे टाळायचे?

अ] <u>कच्चामालपूर्वकोरडेकरणे</u>

ब] अक्षाचा वेग वाढवा

C] सामग्रीचे प्रमाण वाढवा

D] सामग्रीतील आर्द्रता वाढवा

546] प्रक्रियेपूर्वी कोणती सामग्री कोरडे करणे आवश्यक आहे?

अ] <u>नायलॉन</u>

B] LDPE

C] HDPE

डी] पॉलीप्रोलीन

547] कोणत्या बफिंग प्रक्रियेमध्ये कटिंग ॲक्शन आणि स्मूथिंग ॲक्शन दोन्ही समाविष्ट आहेत?

अ] <u>हार्डबफिंग</u>

B] रंग बफिंग

C] संपर्क बफिंग

D] मश बफिंग

548] समोच्च आकाराच्या घटकांसाठी कोणती बफिंग प्रक्रिया वापरली जाते?

अ] कठिण बफिंग

B] रंग बफिंग

C] संपर्क बफिंग

डी] <u>मशबफिंग</u>

549] प्लास्टिकसाठी कोणते बफिंग कंपाऊंड मटेरियल वापरले जाते?

अ] <u>सिलिका</u>

B] ॲल्युमिनियम ऑक्साईड

C] कॅलक्लाइंड ॲल्युमिना

D] लाल उग्र

550] रोटेशनल मोल्डिंगच्या मुख्य अक्ष आणि लहान अक्षाच्या रोटेशनचे गुणोत्तर कोणते आहे?

अ] ४] १

ब] २] १

क] ३] १

ड] ५] १

551] कोणते कोन रोटेशनल मोल्डिंग मशीन फिरते?

अ] ३६०

ब] 180

क] 90

डी] १२०

552] प्रोटोटाइप उत्पादनासाठी कोणत्या प्रकारचे रोटो मोल्डिंग वापरले जाते?

अ] अर्धस्वयंचलित प्रक्रिया

ब] बॅचप्रकारप्रक्रिया

C] शटल प्रकार प्रक्रिया

D] रोटरी प्रकार प्रक्रिया

553] रोटेशनल मोल्डिंगमध्ये मोल्ड रोटेशनचा वेग किती आहे?

A] 40 रोटेशन/मिनिट

B] 20 रोटेशन/मिनिट

क] 30 रोटेशन/मिनिट

D] 25 रोटेशन/मिनिट

554] रोटो मोल्ड तयार करण्यासाठी कोणत्या प्रकारची सामग्री वापरली जाते?

अ] सौम्य पोलाद

B] उच्च कार्बन स्टील

C] ॲल्युमिनियम

D] EN8

555] साहित्य प्रीडरींग का केले जाते?

अ] मॉइस्टरकाढा

ब] मॉइस्टर घाला

C] सामग्री थंड करा

डी] थंड वेळ वाढवा

556] सामग्रीचे प्रीड्रिइंग टेम्परेचर काय आहे?

अ] वितळण्याच्याबिंदूच्याअगदीखाली

ब] वितळण्याच्या बिंदूच्या अगदी वर

C] वितळण्याच्या बिंदूप्रमाणेच

D] वितळण्याच्या बिंदूच्या समान आहे

557] मोठ्या उत्पादनासाठी कोणत्या प्रकारच्या साच्याचा वापर केला जातो?

अ] तांबे निकेल

ब] <u>स्टीलशीट</u>

C] कास्ट ॲल्युमिनियम

D] सौम्य पोलाद

औद्योगिक प्रशिक्षण संस्था

मासिक चाचणी-1, गुण- 1, तारीखः- ______________

(प्रत्येक प्रश्नाला दोन गुण असतात)

9] "वर्ग ब" आग विझवण्यासाठी अग्निशामक यंत्राचे प्रकार वापरले जातात ....

अ] कोरडी शक्ती

ब] कार्बन डायऑक्साइड

क] पाण्याचा जेट

ड] फोम प्रकार

10] सामान्य आग विझवण्यासाठी कोणत्या प्रकारचे अग्निशामक यंत्र वापरले जाते?

अ] पाण्याचे प्रकार विझविण्याचे यंत्र

ब] फोम प्रकार एक्टिंग्विशर

क] कोरडी रासायनिक पावडर एक्टिंग्विशर

D] कार्बन डायऑक्साइड (C02] एक्टिंग्विशर

11] रक्तस्त्राव झाल्यास उपचार घ्या

डी] थंड 3" आणि विश्रांती

अ] थंड पाण्याची फवारणी करा

ब] लगेच मलमपट्टी -----.

ब] अपघात विचार उपचार बद्दल चौकशी

12] अपघात झाल्यास, पीडितेने आय.एम

अ] विश्रांती घेण्यास सांगितले

क] तात्काळ हजर झाले

डी] त्याला सोडा

13] जखमी किंवा आजारी व्यक्तीला प्राथमिक उपचार दिले जातात....

अ] जीव वाचवा

ब] मफचा पुढील बिघाड टाळा

क] शक्य तितका आराम द्या

ड] हे सर्व
14] कचरा पेपर वेगळे करण्यासाठी डब्यांचा कलर कोड ----- आहे.
अ] निळा रंग
ब] पिवळा रंग
क] लाल रंग
ड] हिरवा रंग
15] जपानी भाषेत सेको म्हणजे --------------
अ] चमकणे
ब] क्रमवारी लावा
क] प्रमाणीकरण
ड] टिकवणे
16] SS प्रणालीचा फायदा ------ आहे.
अ] उत्पादकतेत वाढ
ब] गुणवत्तेत वाढ
क] वेळेचा अपव्यय कमी करणे
ड] हे सर्व
17] सुरक्षा म्हणजे -----------
अ] कोणाचाही व्यवसाय नाही
ब] प्रत्येक शरीराचा व्यवसाय
क] काही शरीर व्यवसाय
ड] संस्थेचा व्यवसाय
18] मूलभूत श्रेणींसाठी सुरक्षा चिन्हे उपलब्ध आहेत "निषेध" चिन्हाचा अर्थ ----
अ] दाखवते की ते केले जाऊ नये
ब] काय केले पाहिजे ते दाखवते
क] धोक्याची किंवा धोक्याची चेतावणी देते
ड] सुरक्षा तरतुदीची माहिती देते

औद्योगिक प्रशिक्षण संस्था
मासिक चाचणी-2, गुण- 1, तारीख:- _______________
(प्रत्येक प्रश्नाला दोन गुण असतात)

59] मायक्रोमेट्रिकच्या बाहेर मेट्रिकची अचूकता किंवा किमान गणना --------- आहे
अ] 0-1 मिमी
ब] 0.01 मिमी
C] 0.001 मिमी
ड] 0.02 मिमी

60] 1000 मायक्रॉन म्हणजे -----

अ] 1 मि.मी

ब] १ मी

क] 1000 मिमी

ड] 10 सें.मी

61] मेट्रिक मायक्रोमीटरमध्ये, थिमल ॲडव्हान्सची संपूर्ण क्रांती -----------

अ] 0.01 मिमी

ब] 0.25 मिमी

C] 0.50 मिमी

ड] 1.00 मि.मी

62] मायक्रोमीटरमधील रॅचेट स्टॉप ------------ मदत करते.

अ] दाब नियंत्रित करा

ब] स्पिंडल लॉक करा

C] शून्य त्रुटी समायोजित करा

ड] कामाचा तुकडा धरा

63] 1000 मायक्रॉन म्हणजे ------------

अ] 1 मि.मी

ब] १ मी

क] 1000 मिमी

ड] 10 सें.मी

64] मायक्रोमीटरच्या बाहेरील 50-75 मिमीचे शून्य वाचन किती आहे?

अ] 0.000 मिमी

ब] 0.01 मिमी

क] 25.00 मिमी

ड] 50.00 मिमी

65] मायक्रोमीटरच्या बाहेरील मेट्रिकच्या स्लीव्हवरील सर्वात लहान भागाचे मूल्य ----- आहे.

अ] 0.50 मिमी

ब] 1.00 मिमी

क] 1.50 मिमी

ड] 2.00 मिमी

66] मायक्रोमीटरमधील रॅचेट स्टॉप --------- मदत करते.

अ] दाब नियंत्रित करा

ब] स्पिंडल लॉक करा

C] शून्य त्रुटी समायोजित करा

ड] कामाचा तुकडा धरा

67] डेप्थ मायक्रोमीटरची किमान संख्या आहे

अ] 0.5 मिमी

ब] 0.2 मिमी

C] 0.001 मिमी

ड] 0.01 मिमी

68] व्हर्नियर कॅलिपरची सर्वात कमी संख्या आहे (मुख्य स्केल = 49 विभाग, व्हर्नियर स्केल = 50 विभाग)

अ] 0.1 मिमी

ब] 0.01 मिमी

C] 0.001 मिमी

ड] 0.02 मिमी

औद्योगिक प्रशिक्षण संस्था

मासिक चाचणी-३, गुण- १, तारीखः- _______________

(प्रत्येक प्रश्नाला दोन गुण असतात)

69] व्हर्नियर कॅलिपर वापरून केलेल्या मोजमापाचा प्रकार ------- आहे.

अ] थेट मोजमाप

ब] अप्रत्यक्ष मापन

क] ९०“] (अ] ८१ (ब]

ड] यापैकी नाही

101] इजेक्टर पिनचा उद्देश काय आहे?

अ] ठेवणे

ब] थंड करणे

क] इजेक्शन

ड] इंजेक्शन

102] इंजेक्शन मोल्डिंग मशीनमध्ये कोणत्या प्रकारचा दाब वापरला जातो?

अ] उच्च दाब

ब] कमी दाब

क] मध्यम दाब

ड] खूप कमी दाब

103] साच्याचे हृदय कोणते?

अ] वरचे ताट

ब] तळाची प्लेट

क] गाभा आणि पोकळी
ड] इजेक्टर प्लेट
104] इंज्युशन मोल्डिंगमधील शॉर्ट शॉट दोषावर कोणता उपाय आहे?
अ] मोल्ड अलाइनमेंट तपासा
ब] साचाचे तापमान कमी करा
क] वायुवीजन प्रदान करा
ड] वाढलेले खाद्य
105] कोणत्या क्लॅम्पिंग सिस्टमला पॉझिटिव्ह क्लॅम्पिंग सिस्टम म्हणतात?
अ] हायड्रॉलिक क्लॅम्पिंग
ब] टाय बार कमी चॅम्पिंग
C] टॉगल क्लॅम्पिंग
ड] वायवीय क्लॅम्पिंग
106] कोणता झोन इंजेक्शन मोल्डिंग स्क्रूची 50% लांबी व्यापतो?
अ] चारा
ब] मीटरिंग
क] संक्षेप
ड] वितळणे
107] स्क्रू आणि बॅरलमधील क्लिअरन्स काय आहे?
अ] ०.०२ मिमी
ब] 0.001 मिमी
C] 0.002 मिमी
ड] 0.15 मिमी
108] कोणता झोन सकारात्मक विस्थापन पंप म्हणून काम करतो?
अ] फीड झोन
ब] कम्प्रेशन झोन
क] मीटरिंग झोन
ड] मेल्ट झोन
109] कोणता भाग रनरला पोकळी जोडतो?
अ] स्प्रू
ब] गेट
क] गाभा
ड] इजेक्टर

औद्योगिक प्रशिक्षण संस्था

मासिक चाचणी-४, गुण- १, तारीखः- _______________

(प्रत्येक प्रश्नाला दोन गुण असतात)

110] रनर लेस मोल्डचा फायदा काय आहे?

अ] सायकल वेळ वाढवा

ब] साहित्याचा कमी अपव्यय

क] दाब कमी करा

ड] साहित्याचा अपव्यय वाढला

111] हँडलच्या रोटेशनल मोशनला प्लंजरच्या वर आणि डाउन मोशनमध्ये रूपांतरित करण्यासाठी कोणता भाग वापरला जातो?

अ] हॉपर

ब] हँडल

क] रॅक आणि पिनियन

ड] बंदुकीची नळी

112] इंजेक्शन सायकलमध्ये चक्रीय क्रम काय आहेत?

अ] हॉपर- बॅरल - स्क्रूनोझल - साचा

ब] बॅरल-हॉपर-मोल्ड-स्क्रू नोजल

C] मोल्ड-स्क्रूनोझल-हॉपर-बॅरल

ड] बॅरल- स्क्रू नोजल - मोल्ड-हॉपर

113] इंजेक्शनच्या गतीला कोणते एकक व्यक्त केले जाते?

अ] मी/से

ब] सेमी/से

C] किमी/से

डी] मिमी/से

114] इंजेक्शनच्या ऑपरेशन दरम्यान स्क्रूच्या फॉरवर्ड स्पीडला काय म्हणतात?

अ] इंजेक्शनचा वेग

ब] इंजेक्शन दाब

क] शॉट वजन

डी] इंजेक्शन दाब

115] नोजलच्या आउटलेट एंड फिक्सिंगचे नाव काय आहे?

अ] साचा

ब] पोकळी

क] गाभा

ड] स्प्रू बुश

116] दिवसाच्या प्रकाशाची व्याख्या काय आहे?

अ] स्क्रू आणि बॅरलमधील अंतर

ब] स्क्रू आणि मोटरमधील अंतर

क] प्लेट्समधील अंतर

ड] हॉपर आणि बॅरलमधील अंतर

117] इंजेक्शन मोल्डिंगमध्ये स्प्रू बुश कोणता भाग आहे?

अ] जंगम प्लेट

ब] निश्चित प्लेट

क] शेपटी प्लेट

ड] स्क्रू

118] इंजेक्शन मोल्डिंगमध्ये इजेक्टर यंत्रणा कोणता भाग असतो?

अ] स्थिर प्लेट

ब] जंगम प्लेट

क] शेपटी प्लेट

ड] स्क्रू

119] स्वयंचलित इंजेक्शन मोल्डिंग मशीनमध्ये कोणता भाग विकसित होतो घर्षण उष्णता?

अ] बॅरलच्या बाहेर

ब] नोजलच्या बाहेर

क] बॅरलच्या आत

ड] हॉपरच्या आत

औद्योगिक प्रशिक्षण संस्था

मासिक चाचणी-5, गुण- 1, तारीख:- ______________

(प्रत्येक प्रश्नाला दोन गुण असतात)

120] एका उत्पादनाद्वारे जास्तीत जास्त वजन असलेल्या प्लास्टिकला इंजेक्शन काय म्हणतात?

अ] शॉट वजन

ब] मोल्डिंग सायकल

क] क्षमता

ड] इंजेक्शनचा वेग

121] इंजेक्शन स्क्रूच्या हेलिकल मेटल थ्रेड स्ट्रक्चरचे नाव काय आहे?

एक उड्डाण

ब] हेलिक्स कोन

क] खेळपट्टी

ड] आघाडी

122] स्क्रूचा मानक हेलिक्स कोन काय आहे?

A] 15°
ब] 16°
C] 17.7°
ड] 19.8°
123] घर्षण उष्णता कशी निर्माण होते ही कोणती व्याख्या योग्य आहे?
अ] स्क्रूची हालचाल
ब] वितळण्याची गती
क] साच्याची हालचाल
ड] साहित्याची हालचाल
124] इंजेक्शन मोल्डिंग मशीनमध्ये कोणता भाग "व्हेंट" प्रदान करतो?
अ] बॅरल
ब] स्क्रू
क] नोझल
ड] कूलिंग सिस्टम
125] पोकळीच्या प्रवेशद्वारावरील उघडणारा भाग कोणता आहे?
अ] धावणारा
ब] गेट
क] गाभा
ड] स्प्रू
126] कोणत्या प्रकारच्या साच्याला रनर लेस मोल्ड म्हणतात?
अ] कॉम्प्रेशन मोल्ड
ब] फुंकणे
क] थंड धावणारा साचा
ड] गरम धावणारा साचा
127] क्लॅम्पिंग सिस्टीमचे नाव काय आहे ज्यामध्ये पिव्होटसह शेवटपर्यंत जोडलेल्या दोन बार असतात?
अ] टाय-बार कमी क्लॅम्पिंग
ब] हायड्रो मेकॅनिकल क्लॅम्पिंग
C] टॉगल क्लॅम्पिंग
ड] हायड्रॉलिक क्लॅम्पिंग
128] क्लॅम्पिंग सिस्टीमचे नाव काय आहे की मोल्ड प्लेटन आकारावर मर्यादा नाहीत?
अ] टाय-बार कमी क्लॅम्पिंग
ब] हायड्रो मेकॅनिकल क्लॅम्पिंग
C] टॉगल क्लॅम्पिंग

ड] हायड्रॉलिक क्लॅम्पिंग

129] प्लॅस्टिकच्या वितळलेल्या अवस्थेत कोणत्या प्रकारचा साचा सर्वकाळ आढळतो?

अ] थंड धावणारा

ब] हॉट धावपटू

क] दोन प्लेट

ड] तीन प्लेट

औद्योगिक प्रशिक्षण संस्था

मासिक चाचणी-6, गुण- 1, तारीख:- _______________

(प्रत्येक प्रश्नाला दोन गुण असतात)

130] कोणत्या युनिटमध्ये नॉकआउट पिन, स्ट्रिपर, ब्लेड इत्यादींचा समावेश आहे?

अ] कूलिंग सिस्टम

ब] इंजेक्शन प्रणाली

सी] क्लॅम्पिंग सिस्टम

ड] इजेक्शन सिस्टम

131] दिलेल्या चिन्हांपैकी PLC चे आउटपुट कोणते आहे?

अ] मॅन्युअल स्विचेस

ब] गजर

क] रिले

ड] सेन्सर्स

132] PLC चा मेंदू कोणता भाग आहे?

अ] प्रोसेसर

ब] ॲनालॉग

क] इनपुट

ड] आऊट पुट

133] दिलेल्या चिन्हांपैकी PLC चे इन पुट कोणते आहे?

अ] मोटर्स

ब] दिवे

क] गजर

ड] सेन्सर्स

134] तास/उपलब्ध तासांमध्ये डाउन टाइम ही व्याख्या काय आहे?

अ] देखभाल परिणामकारकता

ब] ब्रेकडाउनची वारंवारता

C] देखभाल नियोजनाची परिणामकारकता

ड] शून्य खाली वेळ

135] उपकरणे निकामी झाल्यानंतर कोणत्या प्रकारची देखभाल केली जाते?

अ] बंद देखभाल

ब] ब्रेकडाउन देखभाल

सी] प्रतिबंधात्मक देखभाल

ड] सुधारात्मक देखभाल

136] इलेक्ट्रिक मोटरचा बेल्ट तुटलेला कोणत्या प्रकारची देखभाल आहे?

अ] सुधारात्मक

ब] अनुसूचित

सी] प्रतिबंधात्मक देखभाल

ड] वेळेवर

137] हायड्रोलिक पॉवर युनिटमध्ये कोणत्या प्रकारचा घटक वापरला जातो?

अ] दाब मापक

ब] फिलर गेज

क] झडपा

ड] जलाशय

138] कोणत्या प्रकारचा झडपा कंप्रेसरच्या जलाशयात हवा जाऊ देतो, परंतु बाहेर जाऊ देत नाही?

अ] चेक वाल्व

ब] रिसीव्हर वाल्व

C] नियंत्रण झडप

ड] थ्री वे व्हॉल्व्ह

139] कोणत्या प्रकारचे व्हॉल्व्ह हवेचा प्रवाह प्रतिबंधित करते?

अ] शटल व्हॉल्व्ह

ब] दिशा नियंत्रण झडप

C] सिंगल एक्टिंग सिलेंडर

ड] थ्रोटल व्हॉल्व्ह

औद्योगिक प्रशिक्षण संस्था

मासिक चाचणी-7, गुण- 1, तारीखः- ______________

(प्रत्येक प्रश्नाला दोन गुण असतात)

140] कोणता भाग हायड्रॉलिक प्रणालीमध्ये द्रव प्रवाहाचे यांत्रिक हालचालीमध्ये रूपांतर करतो?

अ] गाळणे

ब] ॲक्ट्युएटर

क] संचयक

ड] पंप

141] तेलाला घन पदार्थांच्या दूषिततेपासून मुक्त ठेवण्यासाठी जबाबदार घटकाचे नाव काय आहे?

अ] पंप

ब] संचयक

C] गाळणे आणि फिल्टर

ड] झडपा

142] हायड्रोलिक प्रणालीच्या हृदयाचे नाव काय आहे?

अ] झडपा

ब] पंप

क] संचयक

ड] तेल टाकी

143] कोणत्या प्रकारचे हायड्रॉलिक सिलिंडर पिस्टनच्या दोन्ही बाजूंना द्रव कार्य करते?

अ] डुप्लेक्स सिलेंडर

ब] दुहेरी अभिनय सिलेंडर

C] सिंगल एक्टिंग सिलेंडर

ड] वायवीय सिलेंडर

144] हाताच्या इंजेक्शन मोल्डिंग मशीनचा कोणता भाग थंड करण्याच्या उद्देशाने संबंधित आहे?

अ] बॅरल

ब] बरे करणारा

क] हॉपर गळा

ड] नोझल

145] हँड इंजेक्शन मोल्डिंग मशीनमध्ये कोणत्या प्रकारचा कच्चा माल वापरला जातो?

अ] पत्रक

ब] द्रव

क] पावडर

ड] कणिका

146] हँड इंजेक्शन मोल्डिंगमध्ये योग्य पर्याय कोणता आहे?

अ] वितळणे अधिक एकसंध असते

ब] वितळणे एकसंध नाही

क] वितळणे कातरणे

ड] वितळणारा अनावर प्रवाह

147] इंजेक्शन मोल्डिंग मशीनची क्षमता निर्धारित करण्यासाठी मानक म्हणून कोणती सामग्री वापरली जाते?

अ] पॉली कार्बोनेट

ब] पॉली स्टायरीन

C] उच्च घनता पॉली इथिलीन

ड] पॉली अमाइड

148] इंजेक्शन मोल्डिंग सायकलची प्राथमिक पायरी कोणती आहे?

अ] इंजेक्शन

ब] इजेक्शन

क] थंड करणे

ड] बंद करणे

149] इंजेक्शन मोल्डिंगमधील द्रवपदार्थाची गळती रोखण्यासाठी कोणता भाग वापरला जातो?

अ] झाकण

ब] टोपी

C] ´O´´ रिंग

ड] इजेक्टर पिन

औद्योगिक प्रशिक्षण संस्था

मासिक चाचणी-8, गुण- 1, तारीखः- ______________

(प्रत्येक प्रश्नाला दोन गुण असतात)

150] इंजेक्शन मोल्डिंगमध्ये सिंक मार्क्सच्या दोषांवर कोणते उपाय आहेत?

अ] अपुरा दाब

ब] दाबावर पकड वाढवा

क] खराब भाग डिझाइन

ड] अति

251] मोठ्या वस्तूंच्या निर्मितीसाठी कोणती प्रक्रिया अवलंबली जाते?

अ] सतत पॅरिसन ब्लो मोल्डिंग

ब] अधूनमधून पॅरिशन ब्लो मोल्डिंग

क] स्ट्रेच ब्लो मोल्डिंग

ड] एक्स्टेंशन पॅरिशन ब्लो मोल्डिंग

252] ब्लो मोल्डिंग मशिनमध्ये कोणत्या दर्जाचे साहित्य वापरले जाते?

अ] उत्सर्जन ग्रेड

ब] इंजेक्शन ग्रेड

क] ब्लो ग्रेड

ड] फिल्म ग्रेड

253] ब्लो मोल्डिंग प्रक्रियेत साचा बंद करण्यासाठी कोणत्या प्रकारची ऊर्जा वापरली जाते?

अ] वायवीय ऊर्जा

ब] हायड्रॉलिक ऊर्जा

क] संभाव्य ऊर्जा

ड] गतिज ऊर्जा

254] ब्लो मोल्डिंग प्रक्रियेत मऊ प्लास्टिक फुगवण्यासाठी कोणते माध्यम वापरले जाते?

अ] हवा

ब] पाणी

क] तेल

ड] मीठ समाधान

255] इंजेक्शन मोल्डिंगशी तुलना करताना खालील मोल्डिंगमध्ये प्लास्टिक सामग्रीवर किती दबाव टाकला जातो?

अ] समान

ब] पेक्षा मोठे

क] पेक्षा कमी

ड] च्या समान नाही

256] ब्लो मोल्डिंग प्रक्रियेसाठी सामग्रीच्या MFI चे श्रेयस्कर मूल्य काय आहे?

अ] 5 ते 10

ब] ०.५ ते ५

क] 10 ते 15

ड] 15 ते 30

257] लहान कंटेनरच्या उत्पादनासाठी कोणत्या प्रकारची साची प्रक्रिया वापरली जाते?

अ] इंजेक्शन ब्लो मोल्डिंग

ब] स्ट्रेच ब्लो मोल्डिंग

क] सतत झटका मोल्डिंग

ड] सिंगल स्टेज ब्लो मोल्डिंग

258] खनिज पाण्याची बाटली तयार करण्यासाठी कोणत्या प्रकारचे पॉली मटेरियल वापरले जाते?

अ] पीबीटी

ब] पीईटी

C] PMMA

ड] नायलॉन

259] शीतपेयाच्या बाटल्या तयार करण्यासाठी कोणत्या प्रकारची प्रक्रिया वापरली जाते?

अ] एक्सट्रूजन ब्लो मोल्डिंग

ब] इंजेक्शन ब्लो मोल्डिंग

क] स्ट्रेच ब्लो मोल्डिंग

ड] सतत ब्लो मोल्डिंग

औद्योगिक प्रशिक्षण संस्था

मासिक चाचणी-9, गुण- 1, तारीख:- ______________

(प्रत्येक प्रश्नाला दोन गुण असतात)

260] प्रीफॉर्मसह कोणत्या प्रकारची मोल्डिंग प्रक्रिया वापरली जाते?

अ] इंजेक्शन ब्लो मोल्डिंग

ब] स्ट्रेच ब्लो मोल्डिंग

क] एक्सट्रूजन ब्लो मोल्डिंग

ड] सतत ब्लो मोल्डिंग

261] कोणत्या प्रकारच्या मोल्डिंग प्रक्रियेचा वापर गळ्याची निर्मिती असलेल्या उत्पादनासाठी केला जातो?

अ] इंजेक्शन मोल्डिंग प्रक्रिया

ब] कॉम्प्रेशन मोल्डिंग प्रक्रिया

C] ब्लो मोल्डिंग प्रक्रिया

ड] एक्सट्रूजन मोल्डिंग प्रक्रिया

262] ब्लो मोल्डिंग प्रक्रियेद्वारे कोणत्या प्रकारचे उत्पादन तयार केले जाते?

अ] घन पिन

ब] झुडूप

क] बाटली

ड] पाईप

263] डाय-हेडवरून ब्लो मोल्डेड आर्टिकल कापण्यासाठी कोणते माध्यम आहे?

अ] हवा

ब] तेल

क] पाणी

ड] उपाय

264] ब्लो द पॅरिसन इन हँड ब्लो मोल्डिंग मशिनमध्ये कोणते माध्यम वापरले जाते?

अ] पाणी

ब] हवा

क] वायू
ड] तेल
265] ब्लो मोल्डिंग मशीनमध्ये स्क्रू स्पीडसाठी एकक काय आहे?
A] RPS
B] RPM (क्रांती प्रति मिनिट)
C] RPH
ड] RPKM
266] पोकळ उत्पादने तयार करण्यासाठी कोणती मोल्डिंग प्रक्रिया वापरली जाते?
अ] ब्लो मोल्डिंग
ब] एक्सट्रूजन मोल्डिंग
क] कॉम्प्रेशन मोल्डिंग
डी] इंजेक्शन मोल्डिंग
267] ब्लो मोल्डिंग प्रक्रियेत कोणत्या प्रकारचे प्लास्टिक वापरले जाते?
अ] थेरेफ्थालेट
ब] फिनॉल फॉर्मलहाइड
क] पॉली इथलीन
ड] युरिया फॉर्मल्डिहाइड
268] दोन साच्याच्या मध्यभागी असलेल्या रेषेचे नाव काय आहे?
अ] विभक्त रेषा
ब] मध्य रेषा
क] जुळणारी रेषा
ड] उभी रेषा
269] पॅरिसनला आकार देण्यासाठी कोणता भाग वापरला जातो?
अ] मरणे
ब] साचा
क] पंच
ड] कप

औद्योगिक प्रशिक्षण संस्था

मासिक चाचणी-10, गुण- 1, तारीख:- ______________

(प्रत्येक प्रश्नाला दोन गुण असतात)

270] ब्लो मोल्ड तयार करण्यासाठी कोणते साहित्य वापरले जाते?
अ] सौम्य पोलाद
ब] ॲल्युमिनियम
क] स्टेनलेस स्टेल

ड] उच्च कार्बन स्टेल

271] मोल्डिंग प्रक्रियेचा कोणता भाग प्लॅस्टिक वितळण्याचे पॅरिसनमध्ये रूपांतरित करतो?

अ] हॉपर

ब] विधानसभा मरणे

क] ब्लो पिन

ड] नोझल

272] उत्पादनाच्या पृष्ठभागावर विभाजन रेषा तयार होण्याचे कारण कोणते?

अ] कमी साचा बंद होण्याचा दाब

ब] उच्च साचा बंद दबाव

C] उच्च स्क्रू गती

ड] डाय सेंटरिंग योग्य नाही

273] प्लास्टिकचे पोकळ भाग तयार करण्याची प्रक्रिया कोणती आहे?

अ] एक्सट्रूजन मोल्डिंग

ब] इंजेक्शन मोल्डिंग

क] ब्लो मोल्डिंग

ड] कॉम्प्रेशन मोल्डिंग

274] सतत ब्लो मोल्डिंग प्रक्रिया कोणती आहे?

अ] इंजेक्शन ब्लो मोल्डिंग

ब] स्ट्रेच ब्लो मोल्डिंग

क] एक्सट्रूजन ब्लो मोल्डिंग

ड] स्टँड ब्लो मोल्डिंग

275] कोणत्या प्रक्रियेसाठी ट्रिमिंग आवश्यक आहे?

अ] स्ट्रेच ब्लो मोल्डिंग

ब] इंजेक्शन मोल्डिंग

क] एक्सट्रूजन ब्लो मोल्डिंग

ड] फिल्म एक्सट्रूझन

276] ब्लो मोल्डिंग मशीन कसे तयार केले जाते?

अ] फक्त एक्स्ट्राडर

ब] फक्त वाहणारे युनिट

C] वाहणारे एकक असलेले एक्स्ट्राडर

ड] पाण्याच्या आंघोळीसह एक्स्ट्राडर

277] ब्लो मोल्डिंगमध्ये कोणते राळ वापरले जाते?

अ] पीव्हीसी

ब] पॉलिमर

क] थर्मोसेट्स

ड] थर्मोप्लास्टिक्स

278] मोल्डमध्ये काय फुंकले जाते, पॅरीसन ब्लो मोल्डिंगमध्ये क्लॅम्प केले जाते?

अ] हवा

ब] द्रव

क] घन

ड] वाफ

279] हॅंड ब्लो मोल्डिंगमध्ये बाटलीचा आकार मिळविण्यासाठी कोणता वापर केला जातो?

अ] तेल

ब] पाणी

क] जबरी हवा

ड] पॅरिसन

औद्योगिक प्रशिक्षण संस्था

मासिक चाचणी-11, गुण- 1, तारीखः- ______________

(प्रत्येक प्रश्नाला दोन गुण असतात)

280] हॅंड ब्लो मोल्डिंगमध्ये स्टॅबिलायझरद्वारे काय नियंत्रित केले जाते?

अ] व्होल्टेज

ब] वर्तमान

क] मोठेपणा

ड] शक्ती

281] हॅंड ब्लो मोल्डिंगमध्ये कोणत्या प्रकारचे प्लास्टिक वापरले जाते?

अ] फिनॉल फॉर्मल्डिहाइड

ब] पॉलिथिलीन

सी] इपॉक्सी

ड] पॉलिस्टर राळ

282] हॅंड ब्लो मोल्डिंग प्रक्रियेसाठी मोल्ड तयार करण्यासाठी ॲल्युमिनियम का निवडले जाते?

अ] हा चांगला उष्णता वाहक आहे

ब] सर्वात जड साहित्य

क] यंत्रास कठीण

ड] हाताळणे कठीण आहे

283] कोणत्या ब्लो मोल्डिंग मशीनसाठी कमी गुंतवणूक आवश्यक आहे?

अ] हँड ब्लो मोल्डिंग
ब] इंजेक्शन ब्लो मोल्डिंग
क] एक्सट्रूजन ब्लो मोल्डिंग
ड] स्टँड ब्लो मोल्डिंग
284] अरुंद गळ्यातील पोकळ कंटेनर तयार करण्यासाठी कोणती प्रक्रिया योग्य आहे?
अ] ट्रान्सफर मोल्डिंग
ब] ब्लो मोल्डिंग
C] इंजेक्शन मोल्डिंग
ड] कॉम्प्रेशन मोल्डिंग
285] हँड ब्लो मोल्डिंग मशीनमध्ये मोल्ड बनवण्यासाठी कोणते साहित्य योग्य आहे?
अ] पोलाद
ब] राखाडी कास्ट आयर्न
क] ॲल्युमिनियम
ड] पांढरे कास्ट आयर्न
286] ब्लो मोल्डिंग पद्धतीने कोणता स्क्रू फिरवत आहे?
अ] मोटर
ब] प्लंजर
C] हायड्रोलिक सिलेंडर
ड] वायवीय प्रणाली
287] ब्लो मोल्डिंग मशिनमधील एक्सट्रुडेनमध्ये कोणत्या भागाने साहित्य टाकले?
अ] पेंच
ब] हॉपर
क] सिलेंडर
ड] नोझल
288] पॅरिसन बाहेर कोणता फुंकतो?
अ] कमी दाबाचा दाब
ब] उच्च दाबाचा दाब
क] उच्च आवाज
ड] कमी बल
289] ब्लो मोल्डिंग मशिनच्या कोणत्या भागामध्ये राळ गरम होते आणि मिसळते?
अ] बॅरल
ब] मांडवेल
क] हॉपर
ड] साचा

औद्योगिक प्रशिक्षण संस्था

मासिक चाचणी-12, गुण- 1, तारीख:- ______________

(प्रत्येक प्रश्नाला दोन गुण असतात)

290] ऑटो ब्लो मोल्डिंग मशीनमध्ये स्ट्रिपर्सचे कार्य काय आहे?

अ] हवा बाहेर काढणे

ब] हवेचे परिसंचरण

क] गरम करणे

ड] थंड करणे

291] ब्लो मोल्डिंगमध्ये सामग्रीची वितळलेली चिकटपणा कोणती राखते?

तापमान

ब] एकाग्रता

क] दाब

ड] थंड करणे

292] कोणता भाग वितळलेल्या प्लास्टिकचे नळीच्या आकारात रूपांतर करतो?

अ] हॉपर

ब] बंदुकीची नळी

क] मरणे

ड] साचा

293] वायवीय साधने कोणती शक्ती देतात?

अ] हवा

ब] तेल

क] पाणी

ड] पेट्रोल

294] ब्लो मोल्डिंग मशीनमध्ये फुंकण्यासाठी कोणते उपकरण उच्च दाबाची हवा पुरवते?

अ] पंप

ब] ब्लोअर

क] कंप्रेसर

ड] डिफ्यूझर

295] ब्लो मोल्डिंग सायकलमध्ये ग्रॅन्युलर मोल्डिंग मटेरियल कोठे लोड केले जाते?

अ] बॅरल

ब] हॉपर

क] डाय युनिट

ड] साचा

296] ऑटो ब्लो मोल्डिंग सायकलमधील स्क्रूच्या मीटरिंग झोनचे दुसरे नाव काय आहे?

अ] फीड झोन

ब] मिक्सिंग झोन

क] संक्रमण क्षेत्र

ड] गरम क्षेत्र

297] ब्लो मोल्डमध्ये किती भाग असतात?

अ] एक नर अर्धा

ब] मादीचे दोन भाग

क] एक नर आणि मादी अर्धा भाग

ड] दोन नर भाग

125] R आणि C असलेल्या AC मालिकेतील सर्किटमध्ये कॅपेसिटरमधून वाहणारा विद्युतप्रवाह असेल...

अ] व्होल्टेज मागे पडणे

ब] व्होल्टेज अग्रगण्य

सी] व्होल्टेजसह टप्प्यात

D] वरीलपैकी काहीही नाही

126] आरसी सिरीज सर्किटमध्ये पुरवठ्याची वारंवारता वाढल्यास कॅपेसिटिव्ह रिऍक्टन्स असेल

अ] कमी केले

ब] वाढले

क] कोणताही परिणाम होत नाही

D] वरीलपैकी काहीही नाही

www.ingramcontent.com/pod-product-compliance
Ingram Content Group UK Ltd.
Pitfield, Milton Keynes, MK11 3LW, UK
UKHW021913190726
13853UKWH00002B/645

9 798887 335834